சொல் ஒளிர் கானகம்

இது ஒரு
மெட்ராஸ் பேப்பர்
தயாரிப்பு

சொல் ஒளிர் கானகம்

ஸ்ரீதேவி கண்ணன்

மெட்ராஸ் பேப்பர்

Title: Sol Olir Kaanagam
Author's Name: Sridevi Kannan

Published by MadrasPaper

மெட்ராஸ் பேப்பர்
MadrasPaper
(An imprint of Zero Degree Publishing)
No. 55(7), R Block, 6th Avenue,
Anna Nagar,
Chennai - 600 040

Website: www.madraspaper.com
www.zerodegreepublishing.com
E Mail id: zerodegreepublishing@gmail.com
Phone: 89250 61999

Ezutthu Prachuram First Edition: December 2022
ISBN: 978-93-95511-37-7
TITLE NO EP: 8

Cover Design & Layout: Vijayan, Creative Studio

சமர்ப்பணம்

ஆசானுக்கும் பிள்ளைகளுக்கும் நண்பர்களுக்கும்

முன்னுரை

உலக இலக்கியங்களை வாசிப்பதில் ஆர்வம் உண்டு. முதல் புத்தகமே உலகளாவியப் பெண் எழுத்தாளர்களை பற்றி எழுதுவேன் என்று கனவிலும் நினைத்ததில்லை. ஆண்கள் எழுத வந்தாலே குடும்பத்தில் ஆயிரம் எதிர் விளைவுகளை ஏற்படுத்தும். பெண்கள் எழுத வந்து நோபல் பரிசு வரைச் சென்றிருக்கிறார்கள். இவர்களின் வாழ்க்கையை அறிய ஆவல் ஏற்பட்டது.

கலாசாரமும் சூழலும் இவர்களுக்கு வெவ்வேறாக இருந்தாலும் அடிப்படை ஒன்றாகத்தான் இருக்கிறது. சிம்போர்ஸ்கா என்ற கவிஞருக்கு மட்டும் தான் ஒரு கவிதை எழுதினால் இவ்வளவு பணம் என்று தந்தை ஊக்குவித்திருக்கிறார். அது உருக்குலைந்த போலந்து தேசத்தை இலக்கியத்தால் நிலைநிறுத்தும் முயற்சிக்கான தூண்டுதல். ஆனாலும் இவரும் போராட்டக் களத்தில் இருந்தவர் தான். பலரும் தடையை மீறி எழுத வந்திருக்கிறார்கள். குடும்பத்தையும் சமூகத்தையும்

எதிர்த்து வந்தவரை அறிந்துகொள்ளப்போகிறீர்கள். ஆளுக்கொரு போராட்டம். குடும்பம், விவாகரத்து, பொதுவாழ்க்கை, நாடோடியாக நாடு மாறி வாழ்தல், வாழ்நாள் முழுவதும் நாசிசத்தால் பயநோய்க்கு ஆட்பட்டு அவ்வப்போது மனம்பிறழ்ந்து வாழ்தல் என இவர்கள் கடந்து வந்த பாதைகள் துயரமானது.

இதே போல் இந்த பதினேழு பேர்களில் இறந்தவர்களுக்குள் ஓர் ஒற்றுமை இருக்கிறது. ஒருவரைத் தவிர மற்ற அனைவரும் புற்றுநோயால் இறந்திருக்கிறார்கள். ஒருவருக்கு மட்டும் மகன் புற்றுநோயால் இறந்துவிட, அவர் வருத்தத்தில் அப்போது எழுதிக்கொண்டிருந்த புத்தகத்தைப் பாதியில் நிறுத்தியுள்ளார். வெவ்வேறு தேசம். ஆனால் எப்படி இவர்களுக்குள் ஒற்றுமை வருகிறது. இவர்கள் வாழ்வின் அடி நாதம் எப்படி ஒன்று போல் இருக்கிறது?

முதல் பெண்ணாக நோபல் பரிசு வென்றவர், ஸெல்மா. இவரின் வாசகியாக கடிதம் மூலம் நட்பை வளர்த்துக்கொண்டவர் நெலி சாக்ஸ். நெல்லிக்கு ஆபத்தான நிலையில் தன் நாட்டு அரசுடன் பேசி கடைசி விமானத்தில் தப்பிக்க வைத்து ஸ்வீடனுக்குக் கொண்டுவந்தார் ஸெல்மா. அதன் பிறகு ஸ்வீடிஷ் மொழி கற்றுக்கொண்டு எழுதி நெலி சாக்ஸும் நோபல் பரிசை வென்றார். இது நோபல் பெண்களுக்குள்ளான நேரடி உறவும் ஒற்றுமையும்.

காதலித்தவனைக் கரம் பிடித்தபோது முதல் பிறந்தநாளைக்கு டைப்ரைட்டிங் மிஷின் வாங்கிக்கொடுத்து இந்தப்பாதையில் பயணி என சரியான வயதில் வழிகாட்டிய கணவனால் இன்று வரை எழுதிக்கொண்டிருக்கிறார் ஆலிஸ் மன்ரோ.

ஆலிஸ் மன்ரோ உட்பட திருமணமான அத்தனை எழுத்தாளர்களும் மறுமணம் செய்துகொண்டவர்கள். நெலிசாக்ஸைத்தவிர மற்றவர்கள்பதின்ம பருவத்தில் எழுத வந்தவர்கள். இன்னும் என்னென்ன ஒற்றுமை இவர்களுக்குள் இருக்கிறது? இவர்கள் எழுத்தின் போக்கும் அதன் அதிசயங்களும் என முடிந்த அளவு இப்புத்தகத்தில் சொல்லப்பட்டிருக்கிறது.

இதற்கு காரணியாகவும் தூண்டுகோலாகவும் இருந்த ஆசான் பாரா சாருக்கும் மெட்ராஸ் பேப்பரின் சக எழுத்தாள நண்பர்கள் அனைவருக்கும் மனமார்ந்த நன்றி.

ஸ்ரீதேவி கண்ணன்
sridevikannan20@gmail.com

பொருளடக்கம்

1. ஸெல்மா லாகர்லெவ்

இரண்டாம் உலகப்போரில் ரஷ்யாவை எதிர்க்க வேண்டும். அதற்கு நிதி திரட்ட வேண்டும். இதைப்போன்ற பொதுச் செயல்களுக்கு அவரவர் காலத்தில், அவரவர் முக்கியமாகக் கருதிய பிரச்னைகளை முன்வைத்து, டால்ஸ்டாய் முதல் காந்தி வரை எல்லோரும் எப்படி நிதி திரட்டினார்கள் என்பதை வரலாறு நமக்குச் சொல்கிறது. ஆனால் ஸெல்மா எழுத்தாளர் அல்லவா? தனக்கு வழங்கப்பட்ட நோபல் பரிசை (மெடல்) விற்றுப் பணமாக்கத் துணிந்தார். எழுதுவதை மட்டுமல்ல. வாழ்வதையே ஒரு சமூகச் செயல்பாடாகக் கருதியவர்கள் இருந்த காலம் ஒன்று உண்டு.

வால்மீகி முனிவரின் கதை தெரியும் அல்லவா? கிட்டத்தட்ட அந்த மாதிரிதான். ஆனால் இது வேறு. இதன் உயரம் முற்றிலும் வேறு. 'தேவ மல'ரை அறியாதவர்கள் இருக்க முடியாது. படிக்காதவர்களுக்குக் கூடப் பெயர் தெரிந்திருக்கும். ஸெல்மாவை உலகறியச் செய்த படைப்பு. ஒரு

காடு. ஒரு திருடன். அவன் மனைவி. ஒரு மத குரு. அவரது சீடன். அவ்வளவுதான் பாத்திரங்கள். கிருஸ்துமஸ் தினத்தன்று தேவன் இறங்கி வந்து இயற்கையாக நிறைந்து துலங்கும் ஓர் அடர் வனத்தின் பேரெழிலை ஸெல்மா இக்கதையில் வருணித்திருப்பார். உண்மையில் மனித மனங்களைக் காட்டிலும் புதர்த்தன்மையும் புதிர்த்தன்மையும் படைத்த வனம் வேறு இருக்க முடியுமா! ஸெல்மா இக்கதையில் சித்திரிக்கும் காட்சிகளும் துலக்கிக் காட்டும் பாத்திரங்களும் சொல்லாமல் உணர்த்திச் செல்லும் அற்புதங்கள் மிக அதிகம். வாசித்து மட்டுமே அனுபவிக்க வேண்டிய படைப்பு அது. ஐரோப்பிய இலக்கியங்களிலேயே தலைசிறந்தது ஸ்காண்டிநேவிய இலக்கியங்கள்தாம் என்பார்கள். அதன் துருவ நட்சத்திரம், ஸெல்மா லாகர்லெவ். தமிழில் தேவ மலரை க.நா.சுப்ரமணியம் மொழிபெயர்த்திருக்கிறார்.

க.நா.சு இல்லாவிட்டால் பல உலக இலக்கியங்கள் நம் கவனத்துக்கே வராது போயிருக்கும். ஸெல்மாவின் தேவ மலர் மட்டுமல்ல. அவரது மதகுரு *(Gosta Berlings Saga)* என்ற முதல் நாவலையும் க.நா.சு.தான் தமிழில் மொழிபெயர்த்தார்.

அன்னா நிச்சயிக்கப்பட்ட கிழவரை விட்டு கெஸ்டா என்ற இளைஞரோடு ஓடிப்போகிறாள். ஓநாய்கள் அந்த ரேக்ளாவைத் துரத்துகின்றன.. கோரைப்பற்களுடன் ஓர் ஓநாய் அவனை நோக்கிப் பாய்கிறது. மாபெரும் போராட்டம். வாழ்வுக்கும் சாவுக்குமான போராட்டமல்ல. வாழ்வுக்கும் கனவுக்குமான போராட்டம். கெஸ்டா, ஓநாயின் வாயில் ஒரு நாவலை வைத்து அடைக்கிறான். நீ தோற்க இருக்கும் தருணத்தில் இந்த நாவல்

உனக்கு உதவும் என்று அவனிடம் முன்னதாகச் சொல்லப்பட்டிருக்கும்! இந்த காட்சியைக் கொஞ்சம் கற்பனை செய்து பாருங்கள். சிலிர்க்க வைக்கும். காதலுக்கு எதிரியாக மனிதர்களை விடுத்து ஓநாய்களை உலவவிட்டிருப்பதுதான் இதில் சுவாரசியமே. மொத்த நாவலையும் ஒரு சர்ரியலிச ஓவியமாகத் தீட்டிவிட முடியும். கதையில் கடைசியில் நாயகியை அந்தக் கிழவனிடமே கொண்டு போய்ச் சேர்க்கும்படி ஆகிவிடும். எவ்வளவு பெரிய துயரம். தப்பிச் சென்ற பயணத்தில் ஓநாய்களிடம் இருந்து காப்பாற்றப்பட்டாலும் விதியென்னும் மாபெரும் ஓநாயை யாரால் என்ன செய்ய முடியும்? 'இனி அந்த ஓநாய்கள் என்னை ஒன்றும் செய்யாது' என்பாள் கதாநாயகி. முன் சொன்னதுதான். அவற்றினும் பெரிய ஓநாயின் கரங்களில் அல்லவா அவள் சேர்ந்துவிட்டாள்!

ஸெல்மாவின் எழுத்தில் ஆன்மிகம், மதம், மதகுருமார்கள், அவை சார்ந்த நம்பிக்கைகள் நிறைய இருக்கும். அவர் வாழ்விலிருந்தே கதைகளை எடுப்பார். அவலங்களின் வண்ணங்களை அவரளவு நேர்த்தியாகக் காட்சிப்படுத்தியவர் இன்னொருவர் இல்லை.

ஸ்வீடனில் வார்ம்லாண்ட் பிராந்தியத்தில் நவம்பர் 20, 1858 அன்று ஸெல்மா பிறந்தார். அவரது தந்தையார் எரிக். தாயின் பெயர் லூயிசே. ஆறு குழந்தைகளில் ஸெல்மா ஐந்தாவது. பிறக்கும்போதே இடுப்பில் காயத்தோடு பிறந்தார். அதனால் இடுப்பு இணைப்புகள் பாதிக்கப்பட்டன. மூன்றரை வயதில் இரு கால்களும் இயங்க மறுத்தன. பின்னாளில் எப்படியோ அதிலிருந்து மீண்டிருக்கிறார்.

இளமையில் அமைதியாகவும் தீவிரமாகவும் படிக்கும் குழந்தையாக இருந்தார். பெரும்பான்மையான எழுத்தாளர்களைப் போலக் கவிதையில் தான் இவர் இலக்கிய வாழ்வும் ஆரம்பித்திருக்கிறது. ஆனால் அவர் உயிருடன் இருந்த காலம் வரை (மார்ச் 16, 1940) கவிதைத் தொகுப்புகள் எதையும் வெளியிடவில்லை.

ஸெல்மாவின் பாட்டி அவருக்கு விசித்திரக் கதைகளையும் கற்பனைக் கதைகளையும் சொல்லி வளர்த்தாள். எந்த நாடானால் என்ன. எந்தக் காலமானால் என்ன. பாட்டிகள் ஒரு கதை மூட்டை. காபிரியேல் கார்சியா மார்க்வெஸ் தான் எழுத்தாளர் ஆனதே தன் பாட்டி சொன்ன கதைகளால்தான் என்று சொல்லியிருப்பதை இங்கே நினைவுகூரலாம். ஸெல்மாவும் அப்படித்தான். தனது நடக்க முடியாத குறைபாட்டைக் கனவில் பறந்து களித்துத் தீர்த்துக்கொள்ள அவருக்குப் பாட்டியின் கதைகள் உதவியிருக்கின்றன.

பள்ளிப்படிப்பை வீட்டிலேயே பயின்றார். ஆங்கிலமும் பிரெஞ்சும் படித்தார். தோமஸ் மேய்ன் ரீட் எழுதிய ஒஸ்கியோலா எனும் வரலாற்று நாவலைத் தனது ஏழாவது வயதில் படித்தார். அந்தத் தாக்கத்தில் தான் வளர்ந்ததும் எழுத்தாளராகவேண்டும் என்று முடிவுசெய்கிறார்.

ஸெல்மாவின் தந்தை நோய்வாய்ப்பட்டபோது, பைபிள் படித்தால் கடவுள் அவரை குணப்படுத்துவார் என்று நம்பினார். தனது பத்தாவது வயதில் ஸெல்மா பைபிள் படிக்கத் தொடங்கினார். படிப்பதென்றால் வேகமாக ஒரு ஓட்டு ஓட்டுவதல்ல. சொல் சொல்லாக உணர்ந்து படித்தார். அதனால்தானா என்று கேட்டால் பதில் கிடையாது. ஆனால் இறந்துவிடுவார் என்று

எல்லோரும் எதிர்பார்த்த செல்மாவின் தந்தை அதன்பின் பதினேழு ஆண்டுகள் வாழ்ந்திருக்கிறார்.

பைபிளின் மொழியில் செல்மா தன்னை இழந்திருக்கிறார். கிட்டத்தட்ட அதன் இசையை முற்றிலுமாகவே தன் வசப்படுத்த முடிந்திருக்கிறது அவரால். பிற்காலத்தில் அவர் எழுத்தாளரானபோது எப்படி இவர் மொழியில் இசையைக் கடத்துகிறார் என்று மேற்கத்திய விமர்சகர்கள் வியந்ததற்கெல்லாம் ஆதாரப் புள்ளி அதுதான்.

செல்மாவின் தந்தை வியாபாரி. வார்ப்புப் பட்டறை வைத்திருந்தார். போதைக்கும் அடிமையாகியிருந்தார். செல்மா படிப்பதையோ பெண்கள் இயக்கங்களில் ஈடுபடுவதையோ தந்தை விரும்பவில்லை. செல்மாவின் இளவயது அவ்வளவொன்றும் வண்ணமயமாக இருக்கவில்லை. *1884*-ல் அவரது தந்தை இறந்தபோது மார்பெக்கா என்கிற அவர்கள் வாழ்ந்த வீடு விற்கப்படுகிறது. இந்நிகழ்வு செல்மாவை மிகவும் பாதித்தது. அதிலிருந்து மீள அவருக்கு வெகு காலம் பிடித்தது. தந்தையின் மரணமும் வாழ்ந்த வீடு கையை விட்டுப் போனதுமாக ஒரே சமயத்தில் அவருக்கு இரண்டு இழப்புகள். பெரிதுதான் இல்லையா?

ஒருவாறு சமாளித்துத்தான் அவர் மீண்டு வந்தார். ஸ்டாக்ஹோமில் *1882* முதல் *1885* வரை மூன்றாண்டுகள் ஆசிரியப் படிப்பைப் பயின்றார். படிப்பை முடித்ததும் லாண்ட்ஸ் குரோனாவில் உள்ள பெண்கள் பள்ளியில் ஆசிரியராகப் பணியில் சேர்ந்தார்.

சிறுவயதில் அவர் படித்த கதைப் புத்தகங்கள் அவருக்குக் கை கொடுத்தன. தவிரவும் பாட்டியிடம்

கதை கேட்ட அனுபவங்கள். பாடங்களைக் கதையாக அவர் விவரித்த விதத்தில் மாணவர்கள் சொக்கிப் போனார்கள். ஸெல்மா அப்பள்ளியின் சிறந்த கதை சொல்லும் ஆசிரியரானார். அதே காலக்கட்டத்தில்தான் அவர் எழுதவும் ஆரம்பித்தார். *Gosta Berlings Saga* (மதகுரு) என்ற நாவலைத் தனது முப்பத்து மூன்றாவது வயதில் முடித்து வெளியிட்டார்.

பொதுவாக ஸ்காண்டிநேவிய இலக்கியத்தில் மதம், கடவுள், சாத்தான் சேர்க்கை நிறைய இருக்கும். ஆனால் யதார்த்தத் தளத்தை மீறி அதற்குமுன் எந்தப் படைப்பும் சென்றதில்லை. ஸெல்மா முதல்முதலில் மொழியின் இசையைக் கனவின் மொழியுடன் இணைத்து ஒரு புதிய பேருலகத்தைத் தனது படைப்புகளில் சித்திரிக்கத் தொடங்கினார். இது என்ன, இது என்ன, எப்படி இப்படி எழுதுகிறார் என்று திகைத்துப் போனது இலக்கிய உலகம். வெகுஜன வாசகர் மட்டத்தில் ஆரம்பத்தில் அவருக்குப் பெரிய ஆதரவு இருக்கவில்லை. ஆனால் அந்நாளைய பிரபல விமர்சகர் ஜார்ஜ் பிராண்டஸ், ஸெல்மாவின் மதகுருவுக்கு எழுதிய ஒரு நல்ல விமரிசனம் அவரை அடுத்தத் தளத்துக்கு உயர்த்திச் சென்றது. அந்நாவல் டேனிஷ் மொழியில் பெயர்க்க வழி பிறந்தது. இதனால் ஸெல்மாவின் புகழ் உயர்ந்தது.

சிறிய நாடு. குறைவான மக்கள் தொகை. ஆனால் நிறைவான வாசகர்கள். சட்டென்று ஓர் இளம்பெண் எழுத்துத் துறையில் நுழைந்து குறுகிய காலத்தில் அதிகம் பேரால் வாசிக்கப்படும்போது அரசு சும்மா இருக்குமா? அரச குடும்பமும் ஸ்வீடிஷ் அகாடமியும் அவரது ஆர்வத்தைத் தொடர கணிசமான நிதி உதவி அளித்தன. 1900 ஆம் ஆண்டு ஜெருசலேம் நகரிலுள்ள அமெரிக்கன் காலனிக்குச் சென்றார். அது அவரது

ஜெருசலேம் எனும் நாவல் எழுதுவதற்குக் காரணியாக அமைந்தது, இலக்கிய விமர்சகர்கள் அவரை ஹோமர் மற்றும் ஷேக்ஸ்பியருடன் ஒப்பிட்டனர். அதனால் ஸ்வீடனில் மட்டுமல்லாமல், வெளிநாடுகளிலும் பிரபலமானார். அந்தப் புள்ளியில்தான் ஸெல்மா இனி எழுத்து மட்டுமே வாழ்க்கை என்ற முடிவுக்கு வந்தார்.

உதவித்தொகை மற்றும் மானியத்தால் மேலும் இரண்டு பயணங்களை மேற்கொண்டார். நெருங்கிய தோழியான சோஃபி எல்கனுடன் இத்தாலி, பாலஸ்தீனம் மற்றும் கிழக்கின் பிற பகுதிகளுக்கும் சென்றார். இது அவரது அடுத்த நாவலுக்கான கருப்பொருளிற்குப் பெரிதும் உதவியது.

அப்போது இத்தாலியில் ஒரு கிறிஸ்து குழந்தை உருவத்தின் புராணக்கதை தவறாகப் பதிப்பிக்கப்பட்டது. அதை வைத்து ஸெல்மா தி மிராக்கிள்ஸ் ஆஃப் தி ஆண்டிகிறிஸ்ட் நாவலை எழுதினார். சிசிலியை மையமாகக்கொண்டு கிறிஸ்தவ மற்றும் சோசலிச தார்மீக அமைப்புகளுக்கு இடையே உள்ள தொடர்பை ஆராய்கிறது இந்நாவல்.

இச்சமயத்தில், ஸ்வீடன் தேசிய ஆசிரியர் சங்கம் குழந்தைகளுக்கான புவியியல் புத்தகம் ஒன்றை எழுதக்கேட்டுக்கொண்டது. அதற்காக நீல்ஸின் அற்புத சாகசங்கள் என்ற நாவலை எழுதினார். ஸ்வீடனின் தெற்குப் பகுதியைச் சேர்ந்த ஒரு சிறுவனைப் பற்றிய நாவல். அது சிறுவர்களிடையே பலத்த வரவேற்பைப் பெற்றது. நாடு முழுவதும் பயணம் செய்து ஸ்வீடன் மாகாணங்களைப் பற்றிய வரலாறு புவியியல் உண்மைகளை சிறுவனின் சாகசங்களுடன் கலந்து எழுதினார். மிகவும் பிரபலமான புத்தகங்களில்

ஒன்றானது. முப்பதுக்கும் மேற்பட்ட மொழிகளில் அது மொழிபெயர்க்கப்பட்டது.

1919 ஆம் ஆண்டு தனது கதைகளுக்கான திரைப்பட உரிமைகளை ஸ்வீடிஷ் சினிமா தியேட்டருக்கு விற்றார். இதனால் ஸெல்மாவின் பல கதைகள் திரைப்படங்களாயின. ஸ்டுடியோக்களுக்குள் படங்கள் உருவாகிக்கொண்டிருந்த காலத்தில் ஸெல்மாவின் நாவல்கள் அந்தந்தக் களங்களுக்கே நேரடியாகச் சென்று படம் பிடிக்கப்பட்டது ஓர் அந்நாளைய புதுமை. அப்படி வெளியானவற்றுள் சர்வதேச அளவில் பாராட்டப்பட்டது ஜெருசலேம் என்ற படம்.

1904 ஆம் ஆண்டில் ஸ்வீடிஷ் அகாடமி ஸெல்மாவை கௌரவித்தது. அது ஒரு தங்கப்பதக்க விருது. பிறகு 1909ம் ஆண்டுக்கான இலக்கிய நோபல் பரிசை ஸெல்மா லாகர்லெவ் வென்றார். உயர்ந்த இலட்சியவாதம், தெளிவான கற்பனை மற்றும் ஆன்மிகப் பார்வை ஆகியவற்றைப் போற்றுவதே அவரது எழுத்துக்களின் சிறப்பியல்புகள் என்று அகாடமி சொன்னது.

நோபல் பரிசுக்கான தனது ஏற்புரையினைத் தன்னடக்கத்தோடு பேசினார். அதில் தன் தந்தையைச் சொர்க்கத்தில் பார்த்துப் பேசியது போல ஒரு அழகான கதை சொன்னார்.

1914 ஆம் ஆண்டில் அகாடமியின் உறுப்பினரானார். அகாடமி உறுப்பினர் மற்றும் இலக்கியத்திற்கான நோபல் பரிசு என்ற இரண்டு கௌரவங்களைப் பெற்ற முதல் பெண் அவர்தான்.

1991ம் ஆண்டு ஸ்வீடன் வெளியிட்ட 20 க்ரோனர் ரூபாய்நோட்டில்ஸெல்மாவின்முகம்இடம்பெற்றது.

எவ்வளவு மகத்தான வாழ்க்கை! ஆனால் கௌரவங்களிலும் அங்கீகாரங்களிலும் கிறுகிறுத்துப் போய் செயல்பாட்டை அவர் விட்டுவிடவில்லை. இரண்டாம் உலகப் போரின் தொடக்கத்தில் சோவியத் யூனியனை எதிர்த்துப் போரிட நிதி திரட்டுவதற்காகத் தனது நோபல் பரிசுப் பதக்கத்தையும் தங்கப் பதக்கத்தையும் அரசுக்கு அனுப்பினார். அரசாங்கம் அதிர்ச்சியடைந்தது. வேறு வழிகளில் தேவையான பணத்தைத் திரட்டி அவரது பதக்கத்தை அவரிடமே திருப்பிக்கொடுத்தது. மக்களையும் தேசத்தையும் சமூகச் செயல்பாட்டையும் முக்கியமாகக் கருதும் கலைஞராக அவர் இருந்தது மட்டுமல்ல. ஒரு சரியான கலைஞரின் நியாயமான கோரிக்கைக்குச் செவி சாய்க்கும் அரசு இருந்ததும் சரித்திர முக்கியத்துவம் வாய்ந்ததே.

அப்புறம் ஸெல்மாவின் தனி வாழ்க்கை.

இதையும் சொல்லித்தானே ஆகவேண்டும்? 1894 இல் ஸெல்மா தனது நெருங்கிய தோழியும் இன்னொரு ஸ்வீடிஷ் எழுத்தாளருமான சோஃபி எல்கனைத் தனது துணையாக ஆக்கிக்கொண்டார். ஆம். அவர் ஓரினச் சேர்க்கையாளர். எல்கனுக்கு ஸெல்மா எழுதிய கடிதங்கள் *You Teach me to be Free* என்ற தலைப்பில் தொகுத்து வெளியிடப்பட்டது.

1900 முதல் வால்போர்க் ஒலாண்டர் என்ற தோழியுடன் நெருங்கிய உறவுகொண்டார். இலக்கிய ஆலோசகர், முகவர் மற்றும் செயலாளராக செல்வாக்குப் பெற்றவர். இவர்களின் கடிதங்கள் 'ஒரு சரியான எழுத்தாளரின் மனைவி' என வெளியிடப்பட்டது. இவர்கள் சேர்ந்து வாழ்ந்த போது எல்கன் மற்றும் ஒலாண்டர் இடையேயும் ஒரு வலுவான போட்டி இருந்திருக்கிறது.

இரண்டு உறவுகளும் அன்பைக் குறிக்கும் வகையில் விவரிக்கப்பட்டுள்ளன. நட்பு மற்றும் அன்பின் வெளிப்பாடுகளுக்கு இடையிலான எல்லை தெளிவற்றதாக இருந்திருக்கிறது. இது ஓலாண்டருடனான எஞ்சியிருக்கும் கடிதப் பத்திகளில் சிற்றின்ப ஆர்வத்தைக் குறிக்கிறது. இருப்பினும் ஸெல்மா மிகவும் ஆபத்தான கடிதங்களை அழிப்பதில் கவனமாக இருந்தார்.

அந்த நேரத்தில்ஸ்வீடனில்பெண்களுக்கிடையேயான ஓரினச் சேர்க்கை தடைசெய்யப்பட்டிருந்தது. சட்டவிரோதமானது என்பதால் சம்பந்தப்பட்ட பெண்கள் இதுபோன்ற விஷயத்தை பகிரங்கமாக வெளிப்படுத்தவில்லை.

ஸெல்மாவின் தனிப்பட்ட வாழ்க்கை அவர் வாழ்ந்த காலத்தில் சர்ச்சைக்குரியதாக இருந்த போதிலும் அது அவரது பெயரையும் புகழையும் பாதிக்கவில்லை. இன்றுவரை அவரது பெயர் நிலைத்திருப்பதன் காரணம் படைப்புகளின் தரம்தான். தனிப்பட்ட வாழ்க்கையல்ல.

2. கராஸியா திலெத்தா

ஆரம்பக் கல்வியோடு படிப்பை நிறுத்தியவர். ஆனால் பதின்ம வயதின் தொடக்கத்தில் அவரது எழுத்துக்கள் பத்திரிகையில் வர ஆரம்பித்துவிட்டது. அதிலும் பெண்கள் எழுத வந்தால் வரிந்துகட்டிக்கொண்டு சுற்றமும் சூழலும் எதிர்த்து நிற்கும் காலம். சொந்த வீட்டில், சொந்த சமூகத்தில்கூட அவர் எழுதுவதை ஆதரிக்க யாருமில்லாத நிலையில் போராடித்தான் அவர் எழுத்தாளரானார். பிறகும் போராடியபடியேதான் இருக்க வேண்டியிருந்தது. நோபல் பரிசு பெறும் வரை போராட்டம் மட்டும் நிற்கவேயில்லை.

கராஸியா, இலக்கியத்திற்காக நோபல் பரிசுப்பெற்ற இரண்டாவது பெண். 1871 ஆம் ஆண்டு செப்டம்பர் 21 இத்தாலி நாட்டில் சார்டினியாத் தீவில் உள்ள சிறிய நகரமான நூரோவில் பிறந்தார். ஆறு உடன்பிறப்புகளோடு வளர்ந்தார். இவரது தந்தை நிலச்சுவான்தார். விருந்தோம்பும் பண்பாளர்.

அவருக்கு நண்பர்கள் கூட்டம் அதிகம். அந்த நண்பர்கள் விடுமுறைக்கு தங்கள் குடும்பத்தினருடன் இவர் வீட்டில் தங்கினார்கள். இங்கு தான் தனது நாவல்களுக்கான கதாபாத்திரங்களைக் கண்டடைகிறார் திலெத்தா.

பெண் பிள்ளைகளுக்கு நான்கு வருடப் படிப்பே போதுமானதாகக் கருதிய காலம் அது. பள்ளிப் படிப்பு நின்ற போதிலும் ஆரம்பப் பள்ளி ஆசிரியரிடம் இத்தாலிய மொழியில் தனிப் பாடம் பயின்றார். ஆசிரியர் எழுதுவதற்கான கருப்பொருளைக் கொடுத்தால் சிறப்பாக எழுதினார். அதைப் பத்திரிகைகளுக்கு அனுப்ப அவரே ஊக்கமளித்தார். அக்காலத்தில் அவர் ஓர் அபூர்வமான ஆசிரியராக இருந்திருப்பார் போலும். தன் பதிமூன்றாவது வயதில் முதல் பிரசுரம் பார்த்தார் திலெத்தா. ஆனால் அதைக் கொண்டாட வாய்க்கவில்லை. எதிர்ப்பு என்றால் அப்படியொரு எதிர்ப்பு. வீட்டிலிருந்தும் வெளியிலிருந்தும் நூற்றுக் கணக்கான விமரிசனங்கள். அதெப்படி ஒரு பெண் எழுதலாம்? கையை உடைக்க வேண்டாமா?

ஆனால் அந்த எதிர்ப்புதான் அவருக்கு உரமானது. சிறு கதைகள் எழுதுவதில் ஆர்வம் கூடியது. தன்னைச் சுற்றியிருந்த உலகைக் கூர்ந்து கவனித்தார். எளிய மக்களின் வாழ்வைக் கதைகளாக்கப் பார்த்தார். சார்டீனிய விவசாயிகளின் வாழ்க்கை மற்றும் அவர்களின் போராட்டங்களால் ஈர்க்கப்பட்டார். தன் குடும்பம், தானறிந்த குடும்பங்களின் வறுமை அவரது முக்கியமான பேசுபொருளானது. அதைத் தனது சுயசரிதையுடன் கலந்து சிறிது கற்பனை சேர்த்துக் கதைகளாக்கினார். 1890 இல் முதல் சிறுகதைத் தொகுப்பை வெளியிட்டார்.

அது கொடுத்த தன்னம்பிக்கையை முதலீடாகப் போட்டு, ஒரு நாவலைக் கையோடு எழுத ஆரம்பித்தார். சார்டினியாவின் மலர்கள் என்ற அந்நாவல், 1892-இல் எழுதி முடிக்கப்பட்டது. இது மிகவும் வெற்றிகரமான நாவலாக அமைந்தது. வெளியுலகம் தெரியாமல் வாழ்ந்து வந்த திலெத்தாவால் எப்படி எளிய மக்களின் மனங்களில் புகுந்து பார்க்க முடிகிறது? படித்த அனைவருமே வியந்து போனார்கள். சார்டினியா தீவின் தேவதை என்றே அவரை டி.எச்.லாரன்ஸ் கொண்டாடினார். திலெத்தாவைப் பொருட்படுத்தி இலக்கிய உலகம் கவனிக்கத் தொடங்கியது அதன் பிறகுதான்.

1900 இல் திலெத்தா தனது முதல் பயணத்தை மேற்கொண்டார். அதாவது, தனது தீவை விட்டு முதல் முதலில் அவர் வெளியே காலெடுத்து வைத்தது அப்போதுதான். உலகம் பார்க்காமல் எப்படி எழுத்தாளராக இருக்க முடியும்? அந்தப் பயணம் தொடங்கியபோதே அவர் தனது எதிர்காலக் கணவரைச் சந்தித்தார். திருமணம் செய்துகொண்டு ரோம் நகருக்குக் குடிபெயர்ந்தனர். திலெத்தா பிறகு தன் வாழ்நாள் முழுவதும் ரோமில்தான் வாழ்ந்தார். இரண்டு குழந்தைகளுக்குத் தாயானபோது இன்னும் தீவிரமாக எழுதினார். ஆனால் ஒன்று. மக்களை, தன் சமூகத்தை, தான் சார்ந்த உலகினை எவ்வளவுக்கெவ்வளவு அவர் கவனித்தாரோ, அதே அளவு அவற்றிடம் இருந்து விலகியும் இருந்தார்.

திலெத்தாவின் முதல் சர்வதேச வெற்றி 1903 ஆம் ஆண்டு எழுதப்பட்ட எலியாஸ் போர்டோலு. இந்த நாவல்தான் அவரை சர்வதேச கவனத்துக்கு இட்டுச் சென்றது. வணிக ரீதியாகவும் விமர்சன ரீதியாகவும் பெருவெற்றி பெற்றது. அனைத்து ஐரோப்பிய

மொழிகளிலும் மொழிபெயர்க்கப்பட்டது. இத்தாலியிலும் வெளிநாடுகளிலும் அவரை விரைவாகப் பிரபலமாக்கியது.

தொடர்ந்து புறாக்கள் மற்றும் குருவிகள் (1912), ரீட்ஸ் இன் தி விண்ட் (1913) இரண்டும் அவரை இன்னும் பரவலாகக் கவனப்படுத்திய படைப்புகளாகும்.

அவரது சிறந்த நாவல்கள் மற்றும் சிறுகதைகளைத் தொகுத்து ஒரே புத்தகமாக வெளியிட்டனர். கவிதைகள், கட்டுரைகள், நாடகப் படைப்புகள், நாட்டுப்புறக் கட்டுரைகள், குழந்தைகளுக்கான கதைகள் மற்றும் பால்சாக்கின் யூஜினியா கிராண்டட்டின் மொழிபெயர்ப்பையும் வெளியிட்டனர்.

ஐம்பதிற்கும் அதிகமான நாவல்களை எழுதியிருக்கிறார். தி மதர் என்ற நாவல் மட்டும் தி. ஜானகிராமனால் அன்னை என்ற பெயரில் தமிழில் மொழிபெயர்க்கப்பட்டது. இளம் பாதிரியார் தன் புனிதத்தைக் கெடுத்துக்கொண்டு ஒரு பெண்ணின் வலையில் விழுந்துவிட்டார். தன் மகனின் இந்த செயலுக்காக ஒரு அன்னை படுகிற தவிப்புதான் அந்த நாவலை அற்புதமாக்குகிறது. கைம்பெண்ணான அந்தத் தாயின் மனத்தவிப்பை திலெத்தா மிக அற்புதமாகக் காட்சிப்படுத்தியிருப்பார்.

இனி அவள் வீட்டிற்கு போகமாட்டேன் என சத்தியம் செய்துவிட்டு வெளியேறும்போது அன்னை பீறிட்டு அழுகிறாள். நாவலில் இது முக்கியமான இடம். அன்னை, பாதிரியார் இரண்டே கதாபாத்திரங்கள். அவர்களுக்குள் பேசிக்கொள்வதும் குறைவு. ஆனால் மனஓட்டத்தை அவ்வளவு துல்லியமாக எழுதியிருப்பார்.

இந்த நாவலில் வரும் இரவும் செல்மாவின் மதகுரு நாவலின் இரவும் ஒன்று போல் இருக்கும். பாதிரியாரைத் தடுக்க இங்கே அன்னை இருக்கிறார். அங்கே அந்த கெஸ்ட்டாவிற்கு ஆள் இல்லை. ஆனால் விதியால் உரிய இடத்தில் சேர்த்துவிடுவான்.

சில விமர்சகர்கள் அவரது பிற்காலப் படைப்புகளை டிகாடண்டிஸ்மோ உடன் ஒப்பிட்டனர். டிகாடண்டிஸ் என்பது எதிர்மறையானது. விமர்சகர்களால் இழிவான அர்த்தத்தில் பயன்படுத்தப்படுவது. மார்க்சிஸ்ட் விமர்சகர்கள் சார்டினிய வாழ்க்கையின் யதார்த்தத்தை விளக்கத் தவறிவிட்டார் என்றனர். உலகத்தை பாவம், துன்பம் மற்றும் வருத்தம் ஆகியவற்றின் இடமாகக் கருதுவதாக குற்றம் சாட்டினர். அதே கருப்பொருளே அவரது கதைகளில் மீண்டும் மீண்டும் வருகிறது. பார்வையின் பொருளை மாற்ற வேண்டும் என குற்றச்சாட்டு வைத்தனர்.

திலெத்தாவை ஓர் எழுத்தாளராக வகைப்படுத்துவது கடினமாக இருக்கிறது. இலக்கிய நியதியில் அவரது நிலை தெளிவற்றிருக்கிறது. எழுத்து நடை அலங்காரமாக இல்லை. இதைத்தாண்டி சற்று முன் நாம் கொண்டாடிய அன்னையை கதாபாத்திரங்களின் உளவியலின் மீதான உணர்திறனையும் காதலையும் வன்முறையாகவும் அபாயகரமாகவும் பயன்படுத்தினார் என்று விமர்சித்தனர்.

இத்தாலிய மற்றும் உலக இலக்கியங்களில் அவரது எழுத்து ஏற்படுத்திய தாக்கம் அற்புதமாக இருந்தபோதிலும். அவரை யாரும் அன்றைக்குப் பெண்ணிய எழுத்தாளராக அங்கீகரிக்கவில்லை. பெண்களின் சுதந்திரத்துக்கு எதிரான கருத்துகளைப் பேசிய அவரது சில கதாபாத்திரங்களை முன்வைத்து அவரை மட்டம் தட்டினார்கள் அன்றைய விமர்சகர்கள்.

இத்தனை எதிர்மறை விமர்சனங்களையும் திலெத்தா அமைதியாகவே எதிர்கொண்டார். விமர்சனம் என்பது படைப்பு என்னும் செயல்பாட்டின் பக்க விளைவுகளுள் ஒன்று. தகுதியானதென்றால் பொருள் பெறும். அல்லாதது வந்த வேகத்தில் மறைந்து காணாமல் போகும். திலெத்தா அதை நம்பினார். மனித குலத்தின் மீது உள்ளார்ந்த அக்கறை உள்ள ஒரு படைப்பாளி எதிர்ப்புகளுக்குக் கலங்குவதில்லை. அவர் தம் பணியை இடைவிடாது செய்துகொண்டே இருந்தார். சோர்வு வரும். துயரம் பொங்கும். எல்லாம் உண்டுதான். அனைத்தையும் செரித்துத்தான் அவர் நோபல் வரை சென்றார்.

ஒரு கலாசாரத்தை அதனைப் பின்பற்றுவோரின் பேச்சு வழக்கில் எழுதினால் உயிர்ப்போடு இருக்கும். இத்தாலிய மொழி சார்டினிய பேச்சுவழக்கை விட வேறுபட்டது. எனவே அவர் பேச்சு வழக்கில் எழுதியதில்லை. இத்தாலியின் பெரும்பான்மை வாசகர்கள் எளிதாகப் படித்துப் புரிந்துகொள்ளும் வகையில்தான் எழுதினார். ஆனாலும் சார்டினிய கலாசாரத்தை அந்தப் பொது மொழியிலேயே அவரால் சிறப்பாகக் கடத்த முடிந்தது. அது தான் சிறப்பு. மேலோட்டமாகப் பார்க்கும்போது இது ஒரு பெரிய விஷயமாகத் தோன்றாது. சிறிது ஆழ்ந்து சிந்தித்துப் பாருங்கள். கி. ராஜநாராயணனோ, தோப்பில் முகம்மது மீரானோ அவரவர் மண்ணின்மொழியைத் தவிர்த்து, பொதுத் தமிழில் அவர்களுடைய கதைகளை எழுதியிருந்தால் இந்தளவு எடுபட்டிருக்குமா? அங்குதான் உள்ளது திலெத்தாவின் வெற்றி.

அத்துமீறல்-நம்பிக்கை, மகிழ்ச்சி-விரக்தி, சரி-தவறு, பாவம்-மீட்பு ஆகியவற்றுக்கு இடையே கிழிந்திருக்கும் அபாயகரமான குறைபாடுள்ள

பாத்திரங்களைக் கொண்ட கதைகளையே அவர் எழுதினார். அதனாலேயே திலெத்தாவைப் படிக்க எடுக்கும்போது அதற்கு நாம் 'மனத்தளவில் முதலில் ஆயத்தமாக வேண்டும்' என்று சொல்வார்கள்.

திலெத்தா எழுதி முடித்ததும் தனது படைப்புகளின் பிராந்தியத் தன்மையைக் கவனிப்பார். எல்லாம் சரியாக வந்திருக்கிறதா என்பது அவருக்கு மிகவும் முக்கியம். குறிப்பாகக் கடைசி பத்தாண்டுகள் எழுதிய எதிலும் இந்தத் தரப் பரிசோதனையை அவர் கைவிட்டதேயில்லை. அவரது பிற்காலப் படைப்புகளில் சோகம் அதிகம் இருந்தது. 'நான் என்ன செய்ய முடியும்? வாழ்க்கை அப்படித்தானே இருக்கிறது?' என்பார்.

1926இல், ஸ்வீடிஷ் அகாடமியின் உறுப்பினரான ஹென்ரிக் ஷூக், திலெத்தாவை நோபல் பரிசுக்குப் பரிந்துரைத்தார். திலெத்தா தனது சொந்த நில வாழ்க்கையை நெகிழும் தன்மையுடன் படம்பிடித்தார். மனித குலத்தின் பிரச்சனைகளை ஆழமாகவும் அனுதாபத்துடனும் கையாண்டார். அவர் எழுதியது லட்சியவாதம்தான். ஆனால் கலாபூர்வமானது. அதனாலேயே நோபலை வென்றார். தி மதர் நாவல் தான் நோபல் பரிசை அவருக்குப் பெற்றுக்கொடுத்தது. அன்று எதிர்மறையாக விமர்சிக்கப்பட்ட அதே காரணத்தையே நோபல் கமிட்டி பரிசுக்கான காரணமாகச் சொன்னது. ஸ்டாக்ஹோமில் நடந்த விழாவில் அவருக்குப் பரிசு வழங்கப்பட்டது.

முசோலினி அதிகாரத்தின் மீதான தனது பிடியை உறுதிப்படுத்தி பாசிசத்தை நிறுவிய நேரமது. அப்படியொரு அரசியல் சூழலில் ஓர் இத்தாலிய

எழுத்தாளர் நோபல் பரிசு பெற்றால் ஊடகங்கள் சும்மா இருக்குமா? பத்திரிகையாளர்களும் புகைப்படக் கலைஞர்களும் கூட்டம் கூட்டமாக அவரது வீட்டிற்கு வரத் தொடங்கினார்கள். ஆரம்பத்தில் திலெத்தா அவர்களை அன்புடன் வரவேற்றார். கேட்ட கேள்விகளுக்கு பதில் சொன்னார். ஆனால் போகப் போக வெறுத்துவிட்டது. தன் பணி பேட்டி அளித்துக்கொண்டிருப்பதா? கணப் பொழுது முடிவுதான். கதவை இழுத்துச் சாத்திவிட்டார்.

தாமதமான காலை உணவோடு நாளின் தொடக்கம், அதைத் தொடர்ந்து வாசிப்பதில் ஏற்பட்ட சிரமம், மதிய உணவிற்குப்பின் தூக்கம், இரவு உணவிற்கு முன் சில மணிநேரங்களே எழுதுதல் என அவரது எழுத்து அட்டவணையில் ஏற்பட்ட மாற்றம் அவருக்கு மிகுந்த மன அழுத்தத்தை ஏற்படுத்தியது.

ஒரு நாள், தன் செல்லப் பிராணியான செக்கா, வீட்டிற்கு வரும் ஆட்களின் ஆரவாரத்தால் எரிச்சல் அடைந்திருப்பதை உணர்ந்தார். "செக்காவிற்கு போதுமானதாக இருந்தால், எனக்கும் போதும்," என்று கூறிவிட்டார். சந்திப்புகளை தவிர்த்துவிட்டு பழைய அமைதியான வாழ்க்கைக்குச் திரும்பிவிட்டார்..

நோபலுக்குப் பிறகான திலெத்தாவின் படைப்புகளில் சுயசரிதைத் தன்மையும் கற்பனையும் சரி விகிதத்தில் கலந்திருந்தன. இந்தக் கலவை காற்றின் நிலம் *(1931)* நாவலில் தெரியும். மற்றொரு நாவலான தடை*(1934)* காதல் உட்பட உலக விஷயங்களைத் (தடை) துறப்பது பற்றிப் பேசுகிறது. சுய தியாகத்தை உயர்ந்த வாழ்க்கை முறையாக ஏற்றுக்கொண்டு, கடவுளுடன் சமரசம் செய்யும் இவரின் வாழ்க்கையையே அந்நாவல் பிரதிபலிக்கிறது.

அவரது பிற்கால எழுத்துக்களைப் பொதுவாக வகைப்படுத்துவதென்றால் மனிதகுலப் பண்புகள் மற்றும் கடவுள் என்னும் கருத்தாக்கத்தின் மீது நிலையான நம்பிக்கை கொள்வது பற்றியவை என்று சொல்லலாம்.

கடுமையான உடல்நலப் பிரச்சினைகளை சகித்துக்கொண்டே எழுதினார். குணப்படுத்த முடியாத நோயின் தீவிரமான வேதனையில் வாழ்ந்த வருடங்களிலும் கூட வாழ்க்கை குறித்த அவரது நம்பிக்கையான பார்வையை மேற்கண்ட நாவல்கள் பிரதிபலிக்கின்றன.

திலெத்தா ஆகஸ்ட் 15, 1936-இல் தனது 64 வயதில் மார்பகப் புற்றுநோயால் இறந்தார். இரண்டு நாவல்கள் மரணத்திற்குப் பின் வெளியிடப்பட்டன. தி சர்ச் ஆஃப் சோலிட்யூட் (1936) என்பது அவர் எழுதிய கடைசி நாவல். கொடிய நோயுடன் போராடும் இத்தாலியப் பெண்ணைப் பற்றிய அரை சுயசரிதை சித்தரிப்பு.

கோசிமா நாவலின் முழுமையான கையெழுத்துப் பிரதி அவரது மரணத்திற்குப் பிறகு கண்டுபிடிக்கப்பட்டு 1937 இல் வெளியிடப்பட்டது. திலெத்தா பன்னிரண்டு நாவல்கள் விலையில்லா பாக்கெட் நாவலாக அச்சிடப்பட்டுள்ளன.

1965 இல் இவர் பெயரில் நிலக்கரி மின் நிலையம் திறக்கப்பட்டது. 2013 ஆம் ஆண்டு நிலவரப்படி இந்நிலையம் 590 மெகாவாட் மின்உற்பத்தித் திறன் கொண்டது. நூரோவில் உள்ள திலெத்தாவின் குழந்தைப் பருவ இல்லம் தேசிய பாரம்பரிய கட்டிடமாக அறிவிக்கப்பட்டது. 1968இல் நுரோ நகராட்சியால் வாங்கப்பட்டு 1979 இல் பிராந்திய

இனவரைவியல் நிறுவனத்திடம் (*ISRE*) ஒப்படைத்தது. இந்நிறுவனம் அந்த வீட்டை எழுத்தாளரின் நினைவாக ஒரு அருங்காட்சியகமாக மாற்றியது. இப்போது அது மியூசியோ டெலெடியானோ என்று அழைக்கப்படுகிறது. இந்த அருங்காட்சியகம் திலெத்தாவின் வாழ்க்கையின் மிக முக்கியமான அத்தியாயங்களைக் காண்பிக்கும் பத்து அறைகளைக் கொண்டுள்ளது.

૩. சிக்ரிவ் அன்செட்

நோபல் கமிட்டியின் வரலாற்றில் நம்பமுடியாத சம்பவம் ஒன்று நடந்திருக்கிறது. *1939*-ஆம் ஆண்டு அமைதிக்கான நோபல் பரிசுக்கு ஹிட்லரைத் தவிர வேறு யாரையும் பரிந்துரைக்கவில்லை. அதிஷ்டவசமாக நோபல்குழு கோடிக்கணக்கான மக்களின் மரணத்திற்குக் காரணமானவர் என்று மேற்கோள் காட்டி மறுத்துவிட்டது. ஆனால் நார்வேயைச் சேர்ந்த ஒரு பெண் எழுத்தாளர் *1930* களின் முற்பகுதியில் இருந்து ஹிட்லரைக் கடுமையாக விமர்சித்தும் எதிர்த்தும் வந்தார். எனவே அவருடைய புத்தகங்கள் நாஜி ஜெர்மனியில் தடை செய்யப்பட்டன.

இரண்டாம் உலகப் போரில் ஜெர்மனியின் நாஜிப்படை நார்வேயை ஆக்ரமித்தது. அப்போது அவரது மூத்த மகன் நார்வேயின் ராணுவப் பொறுப்பிலிருந்தார். ஜெர்மன் துருப்புக்களுடன் நடந்த சண்டையில் கொல்லப்பட்டார். மனநலம் குன்றிய மகளும் போர் வெடிக்கும்போது

இறந்துவிட்டாள். உயிருடன் இருக்கும் ஒரே மகனுடன் நார்வேயை விட்டு அமெரிக்கா செல்ல வேண்டிய கட்டாயம் ஏற்பட்டது அந்த எழுத்தாளருக்கு. அமெரிக்காவில் இருந்துகொண்டே நாஜிப்படைகள் நார்வேயை விட்டு வெளியேறவேண்டும் எனக் குரல் கொடுத்துக்கொண்டிருந்தார். போருக்குப் பிறகே தனது நாட்டிற்குத் திரும்பிய அந்த எழுத்தாளர் சிக்ரிவ் அன்செட். *1928*-இல் இலக்கியத்திற்கான நோபல் பரிசு பெற்ற மூன்றாவது பெண்மணி.

சிக்ரிவ்வின் தாத்தா இறந்தபோது அவர் வாழ்ந்த குக்கிராமத்திலிருந்து அன்செட் என்ற பெயரை அவரது குடும்பம் வழிவழியாகப் பெற ஆரம்பித்தது.

அவரது தந்தை இங்வால்ட் மார்ட்டின் அன்செட் *1881* ஆம் ஆண்டு இரும்புக் காலத்தின் ஆரம்பம் என்ற தலைப்பில் முனைவர் படிப்பை முடித்தார். அதே ஆண்டில் திருமணம் செய்துகொண்டு டென்மார்க்கில் குடியேறினார்கள். *1882* இல் கலண்ட்போர்க்-இல் வாழ்ந்தனர். அங்குதான் மே *20, 1882*-இல் சிக்ரிவ் பிறந்தார். அவருக்கு இரண்டு இளைய சகோதரிகள் பிறந்தனர். *1884*-இல் தந்தைக்குப் பழங்கால அருங்காட்சியகத்தில் பணி கிடைத்தது. குடும்பம் நார்வேக்குக் குடிபெயர்ந்தது. அதற்குள் இன்னுமிரண்டு பெண் குழந்தைகள் பிறந்தனர். தன் குழந்தைகள் நல்ல கல்வியைப் பெற வேண்டும் என்பதற்காகத் தேடித் தேடி ஒரு நல்ல பள்ளிக் கூடத்தில் சேர்த்தார் தந்தை. அன்செட்டை வடிவமைத்ததில் இப்பள்ளி (திருமதி நீல்சன் பள்ளி) முக்கியப் பங்கு வகித்தது.

அன்செட்டிற்கு பதினோரு வயதாக இருக்கும்போது அவரது தந்தை நோய்வாய்ப்பட்டார். எனவே அவர்

அதிக நேரம் தந்தையுடன் செலவிட்டார். நார்வேயின் இலக்கியங்களையும், வரலாற்று நூல்களையும் தந்தைக்கு வாசித்துக் காட்ட ஆரம்பித்து, அப்படித்தான் இலக்கியத்திற்கு அறிமுகமானார்.

அன்செட்டின் தந்தை *1893* இல் தனது நாற்பதாவது வயதில் இறந்தார். குடும்பம் நிர்க்கதி ஆனது. எனவே பள்ளிக்கூடம் அன்செட் சகோதரிகளுக்கு இலவசக் கல்வி வழங்க முன்வந்தது. ஒருமுறை அன்செட்டை தனியே அழைத்து உன் அம்மாவிடம் கொடுத்த வாக்கைக் காப்பாற்றுவதாக இலவசமாகக் கல்வி கற்பிக்கிறேன். நீ படிப்பதில் அக்கறைக் காட்டு என்றார், ஆசிரியர் திருமதி நீல்சன். இலவசம் என அவர் சொல்லிக்காட்டியதை அன்செட்டால் ஏற்க முடியவில்லை. அவருக்கு நன்றி கூறிவிட்டு பள்ளியைவிட்டு வெளியேறினார். பெரிய மனுஷியைப்போல் தனது எதிர்காலத்தைப்பற்றி முடிவெடுத்தார்.

அன்செட்டிற்கு கிறிஸ்டினியாவில் உள்ள வேறு ஒரு வணிகப் பள்ளிக்குப் போவதைத் தவிர வழியில்லை. அவருக்கு அது பிடிக்கவில்லை என்றாலும் அப்போதைக்கு வேறு வழி இருக்கவில்லை. ஆனால் விருப்பமில்லாத இடத்தில் எவ்வளவு காலம் இருக்க முடியும்? விரைவிலேயே அவர் பள்ளிக் கல்வியின் மீதான நம்பிக்கையைக் கைவிட்டார். தனது குடும்பத்தின் பொருளாதார நிலை மோசமாவதைக் கண்டு, ஏதோ ஓர் அலுவலகத்தில் சாதாரணமான வேலை ஒன்றில் சேர்ந்தார். தனது *17* வது வயது முதல் *27* வது வயது வரை வேலை பார்த்தார்.

இந்தக் காலக்கட்டத்தில்தான் அவர் நிறைய எழுத ஆரம்பித்தார். பகலெல்லாம் அலுவலகம், வேலை.

இரவு எழுத்து வேலை. அவரது கையெழுத்துப் பிரதி முதலில் வெளியீட்டாளர்களால் மறுக்கப்பட்டது. கடும்முயற்சிக்குப்பின்னரேஏற்றுக்கொள்ளப்பட்டது. ஆனால், வெளியாகும்வரைதான் கஷ்டமெல்லாம். வெளியானதுமே வாசகர்கள் அள்ளிக்கொள்ளத் தொடங்கிவிட்டார்கள். அடுத்தடுத்து இரண்டு நூல்கள் வெளியாகி, இரண்டுமே நல்ல பெயரையும் விற்பனையையும் பெற்றன. எனவே துணிந்து வேலையை விட்டுவிட்டு, முழு நேரம் எழுத ஆரம்பித்தார்.

எழுத்தின் மூலம் பிரபலமானதன் லாபமாக, அவரது அடுத்தடுத்த எழுத்து முயற்சிகளுக்குச் சில சகாயங்கள் கிடைத்தன. உதவித் தொகைகள். ஆதரவுக் கரங்கள். கிடைத்த உதவித்தொகையில் ஐரோப்பா முழுவதும் நீண்ட பயணம் மேற்கொண்டார். ரோமில் உள்ள ஸ்காண்டிநேவியக் கலைஞர்கள் மற்றும் எழுத்தாளர்களின் வட்டத்தில் இணைந்து, அங்கே தனக்கென ஒரு நண்பர் குழுவை ஏற்படுத்திக்கொண்டார்..

நாவல்கள், சிறுகதைகள் மற்றும் கட்டுரைகளை எழுதினார். முதலில் விடுதலைக்காகப் போராடும் வலிமையான, சமகாலப் பெண்களைப் பற்றி எழுதினார். பின்னர் தொல்பொருள் ஆய்வாளரின் மகள் என்பதால் உருவான இயல்பான ஆர்வத்தில் இடைக்கால ஐரோப்பாவைப் பற்றி எழுதத் தொடங்கினார் .

அவரது மிகவும் பிரபலமான படைப்பு கிறிஸ்டின் லாவ்ரான்ஸ்தாட்டர். பண்டைய நார்வேயின் வாழ்க்கையைப் பற்றிய ஒரு முழுத்தொகுப்பு. பிறப்பு முதல் இறப்பு வரை ஒரு பெண்ணின் அனுபவங்கள்

மூலம் சித்திரிக்கப்பட்டது. நார்வேயின் பாரம்பரிய வாழ்க்கையைக் கருப்பொருளாகக் கொண்டது. திடமான வரலாற்று அறிவு, ஆழமான உளவியல் நுண்ணறிவு, தெளிவான கற்பனை மற்றும் வீரியமான மொழியில் எழுதப்பட்டது. அதன் மூன்று தொகுதிகள் *1920* முதல் *1922* வரை ஆண்டுக்கொன்றாக வெளியிடப்பட்டன.

அன்செட் விபசாரம் பற்றிய ஒரு சிறிய யதார்த்தமான நாவலை எழுதினார். இதன் மூலம் தனது இலக்கிய அறிமுகத்தை சமகாலப் பின்னணியில் அமைத்தார். இந்நாவல் பரபரப்பை உருவாக்கியது. நார்வேயில் ஒரு நம்பிக்கைக்குரிய இளம் எழுத்தாளராக தரவரிசைப்படுத்தப்பட்டார்.

*1912*இல், ஓவியர் ஏ.சி. ஸ்வர்ஸ்டாட் என்பவரைத் தனது முப்பதாவது வயதில் மணந்தார். பதின்மூன்று வயது மூத்தவர், திருமணமானவர். அவர் தனது மனைவியையும் குழந்தைகளையும் பிரிந்து வந்து திருமணம் செய்துகொள்ள மூன்று ஆண்டுகள் ஆயின.

இவர்களுக்கு முதலில் மகன் பிறந்தான். இரண்டாவது மகள் சற்று மனநலம் குன்றியவர். மூன்றாவது குழந்தை வயிற்றிலிருக்கும்போது லில்லிஹாமரில் புதிய வீடமைத்து ஓய்வெடுத்தப் பின் கிறிஸ்டியானியாவுக்குத் திரும்பத் திட்டமிட்டி ருந்தனர். அதற்குள் திருமணம் முறிந்துவிட்டது. ஆனாலும் அவர் தனது மூன்றாவது குழந்தையை அங்கேயே பெற்றெடுத்தார்.

லில்லிஹாமர் வீட்டைப் பாரம்பரிய நார்வே மரக் கட்டிடக் கலையின் அடியொற்றிக் கட்டினார். தோட்டத்துடன் வசதியாக வாழ்விடத்தை அமைத்துக்கொண்டு எழுத்தில் கவனம் செலுத்தினார்.

அன்செட்டின் குடும்பம் மத ஈடுபாடு அற்றது. இறை நம்பிக்கை, மதம் போன்றவற்றின் தாக்கமின்றித்தான் சிறு வயதில் வளர்ந்தார். ஆனால் அவருக்கு ஏதோ ஒரு போதாமை இருந்திருக்க வேண்டும். வாழ்வின் பெரும்பகுதியை வீணாக்கிவிட்டது போன்ற ஒரு பிரமை அவருக்கு இருந்திருக்கிறது. சட்டென்று ஒரு கட்டத்தில் (1924) அவர் ரோமன் கத்தோலிக்க மதத்துக்கு மாறி, தீவிர இறை நாட்டம் கொண்டவரானார்.

கிறிஸ்தவத்திற்கு முந்தைய காலகட்டத்தைப் பற்றி ஒரு நாவல் எழுத ஆயத்தமானார். பழைய நோர்ஸ் மொழிக் கையெழுத்துப் பிரதிகள் மற்றும் இடைக்கால ஐரோப்பிய வரலாற்றைப் படித்தார். உள்நாட்டிலும் வெளிநாட்டிலும் உள்ள இடைக்கால தேவாலயங்கள் மற்றும் மடங்களுக்குச் சென்று ஆய்வு செய்தார். அக்காலகட்டத்தை விசாரணை செய்யும் ஒரு அதிகாரியாகவே மாறினார். இடைக்காலத்தைப் பற்றி தனது முதல் நாவலை எழுதிய 22 வயது பெண்ணிலிருந்து முற்றிலும் மாறுபட்ட நபராக அப்போது அவர் உருவெடுத்திருந்தார்.

அன்செட் கத்தோலிக்க மதத்திற்கு மாறியது பரபரப்பாக மட்டுமல்ல அவதூறாகவும் பேசப்பட்டது. பல ஆண்டுகள் பொது விவாதத்தில் பங்கேற்றார். கத்தோலிக்க திருச்சபையைப் பாதுகாக்க தனது வழியில் சென்றார். எனவே ‘தி மிஸ்ட்ரஸ் ஆஃப் பிஜெர்கெபெக்’ மற்றும் ‘தி கத்தோலிக்க லேடி’ என்று அழைக்கப்பட்டார்.

அவரது படைப்புகளில் வாழ்க்கையின் மர்மத்தை புத்திசாலித்தனத்தால் விளக்க முடியாத ஒரு அவதானிப்பு இருந்தது. அவரது கருத்துக்களையும்

சித்தாந்தத்தையும் அந்த அவதானிப்பு தீவிரமாக மாற்றியது. ஒரு காலத்தில் மனிதன் கடவுளைப் படைத்தான் என்று நம்பியவர் இறுதியில் கடவுளே மனிதனைப் படைத்தார் என்று நம்பினார்.

காதலை முக்கியக் கருப் பொருளாக வைத்து நார்வேயின் சிறிய கத்தோலிக்க சமூகத்திலிருந்து தனது கதைகளை உருவாக்கினார். அவரது பிற்காலப் படைப்புகள் அவரது மத மாற்றத்தின் விளைவால் உருவான சிந்தனைகளை அடிப்படையாகக் கொண்டு எழுதப்பட்டன. முக்கியமாக 'மன்னிப்பு' என்பது அவரது முக்கியமான கருப் பொருளாக இருந்தது.

தி வைல்ட் ஆர்க்கிட் *1931* இல் வெளியிடப்பட்டது. தி பர்னிங் புஷ் என்ற நாவலை இதன் தொடர்ச்சியாக *1932* இல் வெளியிட்டார். இது கத்தோலிக்க மதத்திற்கு மாறிய பிறகு முக்கிய கதாபாத்திரத்தின் வாழ்க்கையிலும் மனத்துக்குள்ளும் எழும் மோதல்களை ஆராய்கிறது.

பல ஐஸ்லாண்டிக் கதைகளை நவீன நார்வே மொழியில் மொழிபெயர்த்தார். இலக்கியக் கட்டுரை களை வெளியிட்டார். குறிப்பாக ஆங்கில இலக்கியம். இதில் ப்ரோண்டே சகோதரிகள் மற்றும் டி.எச். லாரன்ஸ் பற்றிய கட்டுரைகள் குறிப்பிடத் தக்கவை.

1934 இல் லெவன் இயர்ஸ் ஓல்ட் என்ற சுயசரிதைப் படைப்பை வெளியிட்டார். நேரடி விவரங்களுடன் தனது குழந்தைப் பருவம், வீடு, படிப்பு, நோய் வாய்ப்பட்ட தந்தை என எல்லாம் வருகிறது அதில்.

1928 இலக்கியத்திற்கான நோபல் பரிசு பெற்றார். வட ஐரோப்பிய மக்களின் வாழ்க்கை முறையைக் கலாபூர்வமாகச் சித்திரித்தமைக்காக அவருக்கு நோபல் பரிசு வழங்கப்பட்டது.

சிக்ரீவ் அன்செட் ஜூன் 10, 1949 தனது 67 வயதில் லில்லிஹாமரில் இறந்தார். 1919 முதல் 1940 வரை வாழ்ந்த அவ்வூருக்கு சிறிது தொலைவில் அடக்கம் செய்யப்பட்டார். அங்குதான் போரில் இறந்த அவருடைய மகனுக்கும் மகளுக்கும் சேர்த்தே கல்லறை கட்டினர். இன்றும் அந்த இடம் மூன்று கறுப்புச் சிலுவைகளால் அடையாளம் காட்டப்படுகிறது.

வீனஸ் கிரகத்தில் உள்ள ஒரு பள்ளத்தாக்கிற்கு அன்செட் பெயரிடப்பட்டது. 500 குரோனர் நோட்டு மற்றும் 1982 இல் இரண்டு குரோனர் தபால்தலையில் அவரது முகம் வெளியிடப்பட்டது. அவரது இல்லம், இப்போது அருங்காட்சியகத்தின் ஒரு பகுதியாக உள்ளது.

கேத்தரின்ஆஃப்சியனாஎன்றநாவல்சிறந்தவாழ்க்கை வரலாறாக பாராட்டப்பட்டது. பதினான்காம் நூற்றாண்டில் வாழ்ந்த பெண் துறவி கேத்தரின். சியானாவில் பிறந்த கேத்தரின் குடும்பத்தை எதிர்த்து துறவு பூண்டார். போப்பால் ஒப்படைக்கப்பட்ட பல பணிகளைச் செய்தார். அந்த காலத்தில் இது மிகவும் அரிதானது. கேத்தரினின் இந்த சரிதையை நோபல் வழங்கிய நேரத்தில் எழுதினார், அன்செட். லெஸ் பிரிக்ஸ் நோபல் என்ற புத்தகத் தொடரில் முதலில் இது வெளியிடப்பட்டது. இது பின்னர் திருத்தப்பட்டு மீண்டும் வெளியிடப்பட்டது.

1347-ல் பிறந்த கேத்தரினை கொண்டாட 536 ஆண்டுகள் கழித்து அன்செட் பிறந்தார். அதேபோல் அன்செட்டையும் எழுதிக் கொண்டாட அம்மண் யாரையேனும், என்றேனும் ஒருநாள் கொடுக்கத்தான் செய்யும்.

4. பெர்ல் எஸ் பக்

ஒரு பெண் தன் வாழ்க்கையை இரு சம பாகங்களாகப் பிரித்து வாழ்ந்திருக்கிறார். அவருடைய வாழ்நாட்களில் பாதி சீனாவிலும், மீதி அமெரிக்காவிலும் கழிந்தது. பெர்ல் எஸ் பக்கின் திருமண வாழ்வும் இது போல மிகச்சரியான இரண்டு பாகங்களால் ஆனது தான்.

இவரது, பெவிலியன் ஆஃப் உமன் என்ற நாவல் தமிழில் மங்கையர் கூடம் என்ற பெயரில் மொழிபெயர்க்கப்பட்டு வெளிவந்தள்ளது. 1940 களில் சீனாவில் நடைமுறையிலிருந்த உயர் குடும்ப வாழ்வைப் பிரதிபலிக்கும் நாவல் இது. நாற்பது வயது எட்டிய மேடம் வூ என்ற பெண்மணியின் குடும்பத்தைச் சுற்றி நிகழும் கதை. மேடம் வூ தனது நாற்பத்தாறாவது பிறந்தநாளில் தன் கணவருக்கு இன்னொரு திருமணம் செய்துவைக்கும் முக்கிய முடிவை எடுக்கிறார். இது பல விளைவுகளை ஏற்படுத்துகிறது. உயர் குடும்பத்து பெண்களின் வாழ்க்கை, அவர்களது நம்பிக்கைகள், சீன வாழ்வின்

கட்டுப்பாடுகள் போன்றவற்றை மிகத் துல்லியமாகப் பதிவு செய்துள்ள நாவல் இது.

பக்கின் பெற்றோர்கள் தெற்கு பிரஸ்படீரியன் மிஷனரிகள். 1880-இல் அமெரிக்காவில் தங்களது திருமணத்தை முடித்துக்கொண்டு சீனாவிற்குச் சென்றனர். பக்கைப் பெற்றெடுக்க மீண்டும் அமெரிக்கா திரும்பினர். மேற்கு வர்ஜீனியாவில் 1892 ஜூன் 26-இல் பிறந்தார் இவர். நான்கு மாதக் குழந்தையாக இருக்கும்போது பெற்றோரால் சீனாவிற்குத் அழைத்துச் செல்லப்பட்டார். அங்கிருக்கும் போது, செஞ்ஜியாங்கில் உள்ள குலிங்கில் குடும்பத்துடன் தங்கள் கோடைக்காலத்தை செலவிடுவது அவர்களின் வழக்கம். அவ்வாறான ஒரு வருடாந்திர பயணத்தின்போதுதான் பக் தான் ஒரு எழுத்தாளராக வேண்டும் என்று முடிவு செய்தார்.

அவரது தந்தை 1897-இல் அங்கு ஒரு வில்லாவைக் கட்டிக்கொண்டு அங்கேயே குடியேறினார். 1931-இல் அவர் இறக்கும் வரை அவர்கள் அங்கேயே வாழ்ந்தனர்.

இளமையில் தான் வெவ்வேறு உலகங்களில் வாழ்ந்ததைப் பற்றி பக், தனது நினைவுக் குறிப்பில் கூறியிருக்கிறார். ஒன்று தனது பெற்றோரின் சிறிய, தூய்மையான பிரஸ்படீரியன் உலகம். மற்றொன்று பெரிய, அன்பான ஆனால் தூய்மையற்ற சீன உலகம். அவைகளுக்கிடையே எந்தத் தொடர்பும் இல்லை. இருந்தாலும் வெளிநாட்டவர்கள் மற்றும் கிறிஸ்தவர்களை எதிர்க்கும் முகமாக உருவான சீனக் குத்துச்சண்டைக் கிளர்ச்சி (1899-1901) அவரது குடும்பத்தைப் பெரிதும் பாதித்தது. அவர்களது சீன நண்பர்கள் அவர்களைத் தனிமைப்படுத்தினர்.

மேலும் இந்தக் கிளர்ச்சியின் காரணமாக அவர்களது மேற்கத்திய நண்பர்கள் மற்றும் விருந்தினர்கள் குறைந்தனர். எந்தச் சீனர்கள் தங்களுக்குத் தீங்கு விளைவிக்க மாட்டார்கள் என்று நம்பித் தங்கள் தாய்நாட்டை விட்டு வந்தார்களோ அவர்களாலேயே பிரச்சினை.

குடும்பத்தின் பாதுகாப்பிற்காக ஷங்ஹாய்க்கு இடம் பெயர்ந்தனர். அங்குள்ள பள்ளியில் பக் படித்தார். இவரது பெற்றோர்கள் சீன மொழி பேசுவதால் இருமொழிச் சூழலிலேயே வளர்க்கப்பட்டவர் பக். அவரது தாய் அவரோடு ஆங்கிலத்தில் பேசிக் கற்கவைத்தார். சீனவிளையாட்டுத் தோழர்களால் உள்ளூர் பேச்சுவழக்கைக் கற்றதோடு. சீனச் செம்மொழியை குங் என்ற அறிஞரிடமும் பயின்றார். ஆயினும், சீன மொழியைச் சரியாகப் பேசக்கூடத் தெரியாத சில மாணவர்களின் துவேஷ மனப்பான்மையால் பக் அதிர்ச்சியடைந்தார்.

பக் சார்லஸ் டிக்கன்ஸின் நாவல்களை ஆர்வத்துடன் படித்தார். இது அவர் தந்தைக்குப் பிடிக்கவில்லை. இருந்தபோதிலும் டிக்கன்ஸை படிப்பதில் அவருக்கு ஒரு தீவிர ஆர்வம் இருந்தது. தனது வாழ்நாள் முழுவதும் ஆண்டிற்கு ஒரு முறையேனும் டிக்கன்ஸை வாசிப்பதை வழக்கமாக்கிக்கொண்டார்.

1911-இல் உயர்கல்விக்காக சீனாவை விட்டு வெளியேறி, வர்ஜீனியாவில் உள்ள பெண்கள் கல்லூரியில் படித்து 1914-இல் பட்டம் பெற்றார். சீனாவிற்கு திரும்பவோ மிஷனரியாக மாறவோ அவர் விரும்பவில்லை. அங்கேயே இருந்தார். அவரது தாயார் கடுமையாக நோய்வாய்ப்பட்டிருப்பதாக தந்தை எழுதிய பிறகு தான் வந்தார். அந்நாட்டு

பிரஸ்படீரியன் வாரியத்திற்குத் தொடர்பு கொண்டு விண்ணப்பித்தார்.

மிஷனரிகளின் மகளாகவும் பின்னர் ஒரு மிஷனரியாகவும் தன் வாழ்வின் பெரும்பகுதியைக் கழித்தார் பெர்ல். *1914* இல் . ஜான் லாசிங் பக் என்ற விவசாய பொருளாதார மிஷனரியை திருமணம் செய்துகொண்டார். ஹுவாய் ஆற்றின் சிறிய நகரமான ஆன்ஹுய் மாகாணத்திற்கு அவர்கள் குடி பெயர்ந்தனர். பின்னர் நான்கிங்கில் தேவாலயத்தால் நடத்தப்படும் பல்கலைக் கழகத்தில் கணவரும் மனைவியும் ஆசிரியராக இருந்தனர். ஆங்கில இலக்கியம் கற்பித்தார் பெர்ல்.. *1920* முதல் *1933* வரை அவ்வளாகத்திலேயே தங்கள் வசிப்பிடத்தை அமைத்துக்கொண்டு வாழ்ந்தனர். பின்னாளில் அவர் எழுதிய தி குட் எர்த் அண்ட் சன்ஸ் என்ற புத்தகத்தில் இந்த பகுதியைத் தான் விவரிக்கிறார்.

*1920*இல் பெர்லின் மகள் நோய்வாய்ப்பட்டாள். *1921*-இல் அவரது தாய் வெப்பமண்டல நோயால் இறந்தார்,. சில ஆண்டுகளில் தந்தையும் இறந்தார். விடுமுறைக்காக சீனாவிலிருந்து அமெரிக்காவிற்குச் சென்றார். சிறிது காலம் அமெரிக்காவில் தங்கி தனது முதுகலைப் பட்டத்தை முடித்தார். இலையுதிர் காலத்தில் அவர் மீண்டும் சீனாவிற்குத் திரும்பினர். *1920* களில் அவருக்குத் தொடங்கிய துயரங்களும் இடம்பெயர்வுகளும் *1927*-இல் நான்கிங் சம்பவத்தின்போது உச்சத்தை அடைந்தன. பலதரப்பட்டவர்களை உள்ளடக்கிய ஒரு குழப்பமான போர் அது. இதில் பல மேற்கத்தியர்கள் கொல்லப்பட்டனர். வன்முறை வெடித்து இவர்களது வீடு சூறையாடப்பட்டது. ஒரு ஏழை சீனக் குடும்பம் அவர்களைத் தங்கள் குடிசையில்

ஒளித்துக்கொண்டது. அதன்பிறகு அமெரிக்கத் துப்பாக்கிப் படகுகளால் மீட்கப்பட்டு ஜப்பானுக்கு அனுப்பிவைக்கப்பட்டனர். அங்கு ஒருவருடம் இருந்து விட்டு1927-இன் பிற்பகுதியில்தான் நான்கிங்கிற்குத் திரும்பினர். அதன்பிறகுதான் பெர்ல் எழுத்துத் துறைக்குத் தன்னை முழுமையாக அர்ப்பணித்தார். தினமும் வீட்டின் மாடியறைக்குச் சென்று தி குட் எர்த் நாவலை எழுதத் தொடங்கினார். சீன எழுத்தாளர்களுடன் நட்புறவு கொண்டு தன்னை தொழில்முறை எழுத்தாளராக மாற்றிக்கொண்ட பெர்ல்,. சீனவெள்ளத்தில்பாதிக்கப்பட்டவர்களுக்காக நிவாரணப் பிரசசாரத்திலும் ஈடுபட்டார். அகதிகளின் அவலங்களை விவரிக்கும் இவரது சிறுகதைகளைத் தொடர்கள் அமெரிக்க வானொலியில் தொடர்களாக ஒலிபரப்பப்பட்டன. பின்னர் அவை சேகரிக்கப்பட்டு தி ஃபஸ்ட் வைஃப் என்ற பெயரில் வேறு சில படைப்புகளோடு வெளியிடப்பட்டன.

நியூயார்க் பிரஸ்படீரியன் பெண்களின் மதிய விருந்திற்கான அழைப்பை ஏற்றுக்கொண்டு அங்கு உரையாற்றினார் பெர்ல். பார்வையாளர்களிடம் சீனர்களின் கிறிஸ்தவ நம்பிக்கையை வரவேற்றுப் பேசினார். ஆனால் சீனாவைப் பற்றி அதிகம் அறியாமல் அதைக் கட்டுப்படுத்தி ஆதிக்கம் செலுத்த நினைக்கும் திமிர்பிடித்த மிஷனரிகள் கொண்ட ஒரு நிறுவன தேவாலயம் சீனாவிற்கு தேவையில்லை என வாதிட்டார். இந்தப் பேச்சு இதழ்களில் வெளியானதும், அவர் இத்தனையாண்டுகள் பணியாற்றிய வாரியப் பதவியை ராஜினாமா செய்ய நேர்ந்தது. 1934-இல் சீனாவை விட்டு வெளியேறினார்.

மகளின் சிறப்பு கவனிப்பிற்கே நிறைய பணம் செலவழிந்தது. திருமணத்தை விட்டு வெளியேறினால் வாழவும் பணம் தேவை; மிஷனும் அதை வழங்க

முடியாது. ஆகவே 1929-இல் மீண்டும் ஒரு முறை அமெரிக்கா சென்றார். அங்கே மகள் கரோலின் நீண்ட கால பராமரிப்பிற்குத் தேவையான உதவியைப் பெற்றார். அங்கிருந்தபோதே நியூயார்க்கில் உள்ள ஜான்டே பதிப்பகத்தின் ஆசிரியர் ரிச்சர்ட் ஜே வால்ஷை சந்தித்தார். அவரிடம் தன்னுடைய ஈஸ்ட் விண்ட், வெஸ்ட் விண்ட் என்ற நூலை பதிப்பிக்கக் கொடுத்தார். அப்போதுதான் இவர்கள் உறவு தொடங்கியது. .

1935-இல் அமெரிக்கா திரும்பினார். பக்ஸை விவாகரத்து செய்த அதே நாளில் பதிப்பாளர் ரிச்சர்ட் ஜே வால்ஷை மறுமணம் செய்துகொண்டார். வால்ஷ் அவருக்கு அறிவுரைகளையும் அன்பையும் வழங்கினார். பதிப்பாளரின் மனைவியாகத் தொடர்ந்து எழுதினார். 1960 இல் வால்ஷ் இறக்கும் வரை இருவரும் தம்பதியினராக பென்சில்வேனியாவில் வாழ்ந்தனர்.

பெண் உரிமைகளின் ஆர்வலராகவும் இன சமத்துவத்தின் வழக்கறிஞராகவும் அவர் ஆற்றிய பணிகள் குறிப்பிடத்தக்கன.. சீன மற்றும் ஆசிய கலாச்சாரங்கள் பற்றி பரவலாக எழுதினார். குறிப்பாக ஆசியா மற்றும் கலப்பு – இனத் தத்தெடுப்பு சார்பாக அவர் மேற்கொண்ட முயற்சிகளுக்காக நன்கு அறியப்பட்டார். 1949 கம்யூனிசப் புரட்சியைத் தொடர்ந்து, தன்னுடைய பிரியமான சீனாவுக்குத் திரும்புவதற்கான அனைத்து சாத்தியக்கூறுகளையும் பாதுகாப்புக் காரணங்களுக்காக நிராகரிக்க நேர்ந்தது. சாத்தான் நெவர் ஸ்லீப்ஸ் 1962-இல் பெர்ல் எழுதிய நாவல் சீனாவின் கம்யூனிச கொடுங்கோன்மையை விவரித்தது. சீனக் கிராமப்புற வாழ்வை விவரிக்கும் தலை சிறந்த எழுத்தாளரான அவர்

“அமெரிக்க கலாசார ஏகாதிபத்தியவாதி என்று விமர்சிகக்கப்பட்டார். 1972இல் இவர் சீனாவிற்குச் செல்லத் தடை விதிக்கப்பட்டது.

அவர் 1938-இல் இலக்கியத்திற்கான நோபல் பரிசுப் பெற்ற நான்காவது பெண்மணியாவார். பரவலாகப் பிரிந்துக்கிடக்கும் இன எல்லைகளைக் கடந்து மனித அனுதாபத்திற்கு வழி வகுக்கும் குறிப்பிடத்தக்க படைப்புகளை எழுதியதற்காகவும். உயிருள்ள ஓவியக் கலையான மனித லட்சியங்கள் பற்றிய ஆய்வுகளுக்காகவும் இவருக்கு நோபல் பரிசு வழங்கப்பட்டது.

இவர் தனது ஏற்புரையில் சீன நாவல் என்ற தலைப்பில் பேசினார். பிறப்பாலும் வம்சா வழியாலும் தான் ஒரு அமெரிக்கர். வளர்ந்தது சீனாவில். ஒரு கதையை எப்படிச் சொல்வது எழுதுவது என்பவற்றையெல்லாம் சீனாவில் கற்றுக் கொண்டேன். ஆல் மென் ஆர் பிரதர்ஸ் மற்றும் ட்ரீம் ஆஃப் தி ரெட் சேம்பர் போன்றச் செழுமையான சீன நாவல்களைப் பற்றி விவாதித்தார்.

சீனாவில் நாவல் ஒரு கலையாகக் கருதப்படுவதில்லை எந்தச் சீன நாவலாசிரியரும் தன்னை ஒரு கலைஞனாக நினைத்துக்கொள்வதுமில்லை. அறிஞனின் தனிச்சொத்தாக எண்ணிக் கொள்வதுமில்லை... தங்களின் சொந்த விருப்பத்தின்படி ஒருவருக்கொருவர் உருவாக்கிக் கொண்ட வடிவத்தையே கலைப்படைப் பாக ஆக்கியிருக்கிறார்கள்.

வெறுமனே கலையை உருவாக்கும் பணியல்ல நாவலாசிரியனுடையது. அவன் மக்களிடம் பேசியாக வேண்டும். விவசாயிகளிடம் தங்கள் நிலத்தைப் பற்றி பேச வேண்டும். வயதானவர்களிடம் அமைதியைப்

பற்றியும், பெண்களிடம் அவர்களது குழந்தைகளைப் பற்றியும் பேசவேண்டும். இளைஞர்களுடனும் பெண்களுடனும் அவர்களைப் பற்றியே உரையாட வேண்டும். இவர்களுக்காக எழுத எனக்குக் கற்பிக்கப்பட்டது என்றார்.

பல்லாயிரக்கணக்கான வாசகர்கள் பத்திரிகை படிக்கிறார்கள். சிலர் மட்டுமே கதைகள் படிக்கிறார்கள். அவர்களின் எண்ணிக்கையை எப்படி அதிகப்படுத்துவதென யோசித்தார்.

தன் வாழ்க்கையின் பல அனுபவங்கள் மற்றும் அரசியல் பார்வைகளைத்தான் நாவலாக்கினார். சிறுகதைகள், புனைக்கதைகள், குழந்தைக்கதைகள், *(Fighting Angel)* பெற்றோரின் வாழ்க்கை வரலாற்றைப் பேசும்*The Exile*போன்றவற்றை எழுதினார்.

பெண்களின் உரிமைகள், ஆசியக் கலாசாரங்கள், குடியேற்றம், தத்தெடுப்பு, மிஷனரி பணி, போர், அணுகுண்டு, மற்றும் வன்முறை உள்ளிட்ட பல்வேறு தலைப்புகளில் எழுதினார். இனவெறி, பாலினப் பாகுபாடு, ஆசியப் போர் குழந்தைகளின் அவல நிலை போன்ற விஷயங்களில் விழிப்புணர்வை ஏற்படுத்தி அமெரிக்க மக்களுக்குச் சவால் விடுத்தார்.

தற்போதுள்ள தத்தெடுப்பு சேவைகளின்படி ஆசிய மற்றும் கலப்பினக் குழந்தைகளைத் தத்தெடுக்க முடியாது. இதில் கோபமடைந்த பெர்ல் முதல் சர்வதேச தத்தெடுப்பு நிறுவனமான வெல்கம் ஹவுஸை நிறுவினார். தென்கொரியா, தாய்லாந்து, பிலிப்பைன்ஸ், வியட்நாம் உள்ளிட்ட நாடுகளில் இதன் சேவையை விரிவுபடுத்தினார்.

1960ஆம் ஆண்டு ரிச்சர்ட் உடல்நலக்குறைவால் இறந்தார். அதன் பின்னர், 1966 வரை வில்லியம் எர்னஸ்ட்டுடன் ஒரு அன்பான உறவைப் புதுப்பித்துக்கொண்டார். அவரைத் தவிர மற்ற தனது பழைய நண்பர்களிடமிருந்து பெர்ல் விலகியே இருந்தார்.

பெர்ல் தான் பிறந்த மேற்கு வர்ஜீனிய குடும்பப் பண்ணையைப் பாதுகாக்க சுற்றுப்பயணம் செய்து பணம் திரட்டினார். அவர் பிறந்த இடம் இன்று அருங்காட்சியகமாகவும் கலாசார மையமாகவும் உள்ளது. அந்த வீடு அங்கு செல்ல விரும்பும் அனைவருக்கும் சொந்தமானதாகவும் புதிய எண்ணங்கள், கனவுகள் மற்றும் வாழ்க்கை முறைகளுக்குநுழைவாயிலாகவும்செயல்படும்என்று அவர் நம்பினார். இதைச் சுற்றிப்பார்த்த அதிபர் புஷ், மில்லியன் கணக்கான அமெரிக்கர்களைப்போலவே பெர்லின் எழுத்துக்கள் மூலம் சீன மக்கள் மீதான நன் மதிப்பைத் தானும் பெற்றதாகக் குறிப்பிட்டார்.

தி குட் எர்த்தை முதன்முதலில் படித்த ஒவ்வொருவரையும் உடைந்து அழ வைத்தவர் 1973 மார்ச்6 அன்று எல்லோரையும் அழவைத்துச்சென்றார். நுரையீரல் புற்றுநோயால் மரணமடைந்தார். பென்சில்வேனியாவில் தானே வடிவமைத்த கல்லறையில் தான் உறங்குகிறார். அதில் அவரது பெயர் ஆங்கிலத்தில் அல்ல, சீன எழுத்துருக்களில் எழுதப்பட்டுள்ளது.

5. லுசிலா கோடோய் அல்கயாகா கேப்ரியேலா மிஸ்ட்ரல்

"அப்போதுதான் எட்டாவது முடித்தேன். ஆனால் அதில் தேரவில்லை. இருந்தும் பிள்ளைப் பிடிப்பவர்களைப் போல் பின்னாலேயே வந்து வாத்தியார் வேலைக்குப் பிடித்துக்கொண்டு போய்விட்டார்கள்." இப்படிச் சொன்ன சித்தப்பாக்களைப் பார்த்திருக்கிறோம். இன்னும் ஒரு வருஷம் ஒழுங்கா பள்ளிக்கூடம் போயிருந்தால் நானும் வாத்தியாராகியிருப்பேன். ஏழாவது மட்டும் முடித்துவிட்டு இப்படியாக நொந்துகொள்ளும் பெரியப்பாக்களையும் பார்த்திருக்கிறோம். சென்ற நூற்றாண்டின் தொடக்கத்தில் சிலி நாட்டிலும் இதே நிலைதான் இருந்தது. கேப்ரியேலா மிஸ்ட்ரல் என்ற புனைப்பெயர் கொண்ட லுசிலா கோடோய் அல்கயாகாவும் இதற்கு விதிவிலக்கல்ல. ஆசிரியர்களின் தேவை மிகவும் அதிகமாக இருந்தது. பயிற்சி பெற்ற ஆசிரியர்களின் எண்ணிக்கைக் குறைவாக இருந்தது. குறிப்பாக கிராமப்புறங்களில்

விருப்பமுள்ள எல்லோருக்கும் ஆசிரியர் வேலை கிடைக்கும்.

லுசிலாவிற்கு மூன்று வயதாக இருக்கும்போதே அவரது தந்தை வீட்டைவிட்டு வெளியேறிவிட்டார். வறுமை சூழ்ந்தது. தந்தை ஆசிரியர் என்பதால் அதே பாணியில் இவரது மூத்த சகோதரி ஆசிரியரானார். வறுமை காரணமாக பதினோரு வயதில் தன் கல்வியை முடித்துக்கொண்டார். ஆசிரியருக்கு உதவியாளராக சகோதரியிடமே பணிபுரிந்தார். தமக்கையால் தான் லுசிலா தனது ஆரம்பக் கல்வியை வலுவாகக் கட்டமைத்துக்கொண்டார். பின்னர் ஆசிரியராகச் சுற்றியுள்ள கடற்கரைப் பள்ளிகளில் கற்பிக்க ஆரம்பித்தார். தனது தனிப்பட்டத் திறமையாலும் ஆர்வத்தாலும் விரைவாக வளர்ந்தார். புகழ்ப்பெற்ற பள்ளிகளில் இயக்குநராக நியமிக்கப்பட்டார்.

1922-இல் மெக்சிகோவின் கல்வியமைச்சரது அழைப்பை ஏற்று அங்கு சென்றார். நூலகங்கள் மற்றும் பள்ளிகளை சீர்திருத்தும் தேசியக் கல்வி முறைத் திட்டத்தில் தன்னை ஈடுபடுத்திக்கொண்டார். 1925-இல் மீண்டும் சிலிக்குத் திரும்பினார். முறையாகக் கல்வி பயிலாமல் இவ்வளவு கலக்கு கலக்கினால் பொறாமைகொள்ளும் எதிர்ப்பாளர்கள் உருவாகாமலா இருப்பார்கள்? சர்ச்சைகளில் அகப்படாமலா இருந்திருப்பார்? பல்கலைக்கழகத்தில் பயிற்சி பெற்ற ஆசிரியர்கள் மட்டுமே இனி பள்ளிகளில் பணிபுரியமுடியும் என எதிர்ப்பாளர்கள் தடையாணைப் பெற்றுவிட்டனர்.

சிலி பல்கலைக்கழகம் 1923-ல் ஸ்பானிய பேராசிரியர் என்ற கல்விப்பட்டத்தை வழங்கியது. இருப்பினும் இவரது முறையான கல்வி 12 வயதிற்கு முன்பே

முடிவடைந்துவிட்டதால் ஓய்வு பெற்றுக்கொண்டார். அந்நாட்டின் கல்வி அமைப்பிலிருந்து முறையாக விலகிக்கொண்டு ஓய்வூதியம் பெற்றார்.

கல்வியை தாராளமயமாக்கி, அதை அனைத்து சமூகங்களுக்கும் வழங்கவேண்டுமென வாதிட்டார். கல்வியைப் பொறுத்தவரை ஒரு சுயம்புவாக இருந்தமையாலேயே இவரால் எப்போதும் தன் நிலையில் உறுதியாக இருக்கவும், அதற்காகத் திறமையாக வாதிட்டுக் கொள்ளவும் முடிந்தது.

அதன்பிறகு பிரான்சிலும் இத்தாலியிலும் வாழ்ந்தார். ஐரோப்பா முழுவதும் கல்வியாளர்களின் மாநாடுகளில் கலந்துகொண்டார். பல்வேறு பல்கலைக்கழகங்களில் சிறப்புப் பேராசிரியராகச் சென்றார். லுசிலாபடிக்காமலேயே கல்வித்துறையில் ஆசிரியராகவும் முக்கியமான பன்முகப் பதவிகளிலும் இருந்திருக்கிறார். வெளிநாடுகளுக்குத் தேசியக் கல்விக்கொள்கையை வகுத்துக் கொடுத்திருக்கிறார். இவர் எப்படி எழுத்தாளரானார்? அதில் எவ்வளவு சாதித்தால் நோபலைக் கைப்பற்றி இருப்பார்? பார்ப்போம் மிஸ்ட்ரல் பற்றி.

1889-ஆம் ஆண்டு ஏப்ரல் *7*ஆம் தேதி சிலி நாட்டில் ஒரு சிறிய கிராமத்தில் பிறந்தார். தன் பதினைந்தாவது வயதில் *(1904)* ஆசிரியராகப் பணிபுரிந்தபோது கவிதை எழுதிப் பழகினார். இவரது ஆரம்பகாலக் கவிதைகள் பத்திரிக்கைகளில் வெளிவரத்தொடங்கின. ஆசிரியப்பணியைத் தக்கவைத்துக் கொள்வதற்காக பல்வேறு புனைப்பெயர்களைப் பயன்படுத்தினார். பின்னாளில் ஒரே பெயர்தான் நின்றது.

தனக்குப் பிடித்த இரண்டு கவிஞர்களான கேப்ரியல் டி அனுன்சியோ மற்றும் ஃபரெட்ரிக்

மிஸ்ட்ரல் ஆகியோரின் பெயர்களிலிருந்து தனது புனைப்பெயரை உருவாக்கிக்கொண்டார். கேப்ரியேலா மிஸ்ட்ரல் இதுவே இறுதிவரை நிலைத்தது.

பதினேழு வயதில் ஒரு ரயில்வே தொழிலாளியோடு காதலில் ஈடுபட்டார். அவன் தற்கொலை செய்துகொண்டான். இதனால் அளவுகடந்த மனத்துயருற்றார் மிஸ்ட்ரல். இவரது இரண்டாவது காதலன் வேறொருவரைத் திருமணம் செய்து கொண்டான். அந்த வேதனைகளைத் தன் கவிதைகளில் இறக்கிவைத்தார். அப்படி எழுதிய காதல் கவிதைகள் ”சொனெட்ஸ் ஆன் டெத்” *(1914)* என்ற அங்கீகரிக்கப்பட்ட முதல் பெரிய தொகுப்பாக வந்தது. இந்தத் தொகுப்பு தான் இலத்தீன் அமெரிக்கா முழுவதும் அவரைப்பற்றி அறியச்செய்தது. தேசிய இலக்கியப் போட்டியில் முதல் பரிசும் பெற்றுக் கொடுத்தது. இந்தத் தற்கொலையின் பாதிப்பால், முந்தைய தலைமுறை லத்தீன் அமெரிக்க கவிஞர்களை விடவும் பரந்த அளவில் மரணத்தையும் வாழ்க்கையையும் கருத்திற்கொண்டு எழுதினார்.

டெசலேஷன் என்ற கவிதைத்தொகுப்பு *1922*ல் வெளிவந்தது. இதில் தாய்மை, இயற்கை, ஒழுக்கம், குழந்தைகளின் அன்பு ஆகியவற்றை உள்ளடக்கி எழுதியிருந்தார்.

அடுத்த இரண்டாண்டுகளில் டென்யூரா என்ற புத்தகத்தையும் வெளியிட்டார். இது குழந்தை களுக்கான பாடல்கள் மற்றும் தாலாட்டுக்களால் ஆனது. இப்படி உள்ளூர் மற்றும் வெளியூர் பத்திரிக்கைகளில் பெயர்வரவே ஒரு பதவியிலிருந்து இன்னொரு பதவிக்கு என அவரால் உயர முடிந்தது.

இந்தப்புகழால் தனது ஆசிரியப்பணியை இழக்க நேரலாம் என பயந்தார்.

இவர் நண்பர்களுடன் உணர்ச்சிபூர்வமான நட்பைக் கொண்டிருந்ததால் பல நேரங்களில் அது அவரது எழுத்தைப் பாதித்தது.

சிலியின் இரண்டாவது நோபல் பரிசைப் பெற்ற பாப்லோ நெருடாவை அவரது சொந்த ஊருக்குச் சென்றபோது சந்தித்தார். அவரது ஊர்ப் பள்ளியின் இயக்குநராக மிஸ்ட்ரல் பணியாற்றியதால் ஒருவரையொருவர் நன்கு அறிந்துகொள்ள முடிந்தது. தொழில்முறை நட்புகொண்டனர். வாழ்நாள் முழுவதும் நண்பர்களாக இருந்தனர்.

1938-இல் தாலா (ஃபெல்லிங்) என்ற பெரிய கவிதைத் தொகுப்பு வெளிவந்தது. இது அசாதாரண கற்பனையு டன் படைகக்கப்பட்ட படைப்பு. இதன் விற்பனை வருமானம் முழுவதையும் உள்நாட்டுப் போரில் அனாதையான குழந்தைகளுக்கு அர்ப்பணித்தார். இந்தத் தொகுப்பில் லத்தீன் அமெரிக்கா மற்றும் ஐரோப்பாவின் மத்திய தரைக்கடல் பகுதி மக்களின் பழக்க வழக்கங்களையும் நாட்டுப்புறக் கதைகளையும் பதிவு செய்தார்.

1943-இல் தனது மகனைப்போல் வளர்த்த மருமகன் அவனின் 17வது வயதில் தற்கொலை செய்து கொண்டான். இதனால் அவர் வாழ்வில் இரண்டாவது பெருந்துயரைச் சந்தித்தார் மிஸ்ட்ரல்.

அவரது தனிப்பட்ட வாழ்வில் ஏற்பட்ட இரண்டாம் துயர், இரண்டாம் உலகப்போர் மற்றும் அமெரிக்காவின் பனிப்போருக்கு அவருடைய எதிர்வினைகள் போன்ற கருப்பொருட்களில்

எழுதப்பட்ட கவிதைகளின் தொகுப்பே, மிஸ்ட்ரல் வாழும்போது வெளியான அவரது கடைசிக் கவிதைத் தொகுதியான லகரி.

அட்டகாமா பாலைவனத்திலிருந்து ஒரு இந்தியச் சிறுவனுடன் இணைந்து சிலிக்குத் திரும்புகிறார் ஒரு கவிஞர். அதுவும் மரணத்திற்குப் பிறகு. இந்தக் கற்பனைப் பயணத்தை முழுவதும் விவரிக்கிறது *Poema de Chile* என்ற இவரது கவிதை நூல். இது அவரது மரணத்துக்குப் பின்னர் அவரது சகாவான டோரிஸ் டானா தொகுத்து, 1967 இல் வெளியிட்ட நூலாகும். தான் வாசித்த அனைத்து அமெரிக்கக் கவிஞர்களுக்கும் குறிக்கோள் சார்ந்த விளக்கங்கள் மற்றும் காவிய மரபின் மீள் பார்வைகள் மீது இருக்கும் ஆர்வத்தை எதிர்ப்பு கூறும் விதமாக எழுதப்பட்டது.

1945-இல் இலக்கியத்திற்கான நோபல் பரிசைப்பெற்ற ஐந்தாவது பெண் மிஸ்ட்ரல் ஆவார். முதல் லத்தீன் அமெரிக்கர் என்பது கூடுதல் சிறப்பு. சக்திவாய்ந்த உணர்ச்சிகளால் எழுதப்பட்ட தன் கவிதைகள் மூலம், ஒட்டு மொத்த லத்தீன் அமெரிக்க உலகின் இலட்சியவாத அபிலாஷைகளுக்கான குறியீடாகத் தன்னுடைய பெயரைப் பதித்தமைக்காக இந்த விருது வழங்கப்பட்டதாக நோபல் குழு தெரிவித்தது.

அவருடைய இறுதிக் காலத்தில் நியூயார்க்கின் ரோஸ்லின் நகரில் தான் வாழ்ந்தார். ஜனவரி 10 1957-இல் கணையப் புற்றுநோயால் இறந்தார். ஒன்பது நாட்களுக்குப் பிறகு அவரது உடல் சிலிக்குக் கொண்டு வரப்பட்டது. அவரை கௌரவிக்கும் முகமாக, பின் வந்த மூன்று நாட்களை தேசிய துக்க தினங்களாக அறிவித்தது சிலி அரசு. பல்லாயிரக் கணக்கானோர் அவரது உடலுக்கு அஞ்சலி செலுத்தினர். அவரது

உடல் மட்டும்தான் இரண்டு நாடுகளில் அஞ்சலிக்கு வைக்கப்பட்டது. நினைவுகளால் பல நாடுகள் அஞ்சலி செலுத்தின.

நல்ல நிருபராக இருந்துள்ளார். சமூக அரசியல் பிரச்சினைகளில் ஈடுபட்டார். பல நாடுகளில் சிலியின் தூதராகவும் செயல்பட்டார். லீக் ஆஃப் நேஷன்ஸ்ன் கலாசாரக் குழுவில் தீவிரமாக இருந்தார்.

செய்தித்தாள்களுக்கு எண்ணூறு கட்டுரைகளை எழுதியுள்ளார். மேடையிலும் வானொலியிலும் மிகவும் மதிக்கப்பட்ட பேச்சாளராக இருந்தார். "எத்தனைக் குற்றங்களுக்கும் தவறுகளுக்கும் நாம் குற்ற உணர்ச்சி அடையலாம் ஆனால் அவை அனைத்தையும் விட மிக மோசமான குற்றம் என்பது நீரூற்று போன்று ஓடிக் கொண்டே இருக்கும் குழந்தைகளின் வாழ்வைப் புறக்கணித்து அவர்களைக் கைவிடுவது தான். நமக்குத் தேவையான மற்ற அனைத்தும் காத்திருக்கட்டும். குழந்தைகள் அல்ல. இப்போது தான் அவனுடைய எலும்புகள் வடிவமைக்கப் பட்டுக் கொண்டிருக்கின்றன. இரத்தம் உருவாகிக் கொண்டு இருக்கின்றது. நுண் உணர்வுகள் வளர்ந்துகொண்டு இருக்கின்றன. அவனுக்கு நாளை என்ற பதிலை நாம் கொடுக்கக் கூடாது. எதுவானாலும் இன்று தான்" குழந்தைகளோடு அதிகம் வாழ்ந்தவர் என்ற முறையில் அவர் படைப்புகளில் குழந்தைகளின் உளவியலை வெளிப்படுத்துவார்.

அன்பு, தாய்மை போன்ற கருப்பொருட்களை வைத்து டென்யூரா என்ற பெயரில் ஒரு தொகுப்பு வெளிவந்தது. இது நான்காயிரம் மெக்சிகன் குழந்தைகளால் விரும்பப்பட்டது .

அவர் வாழ்வில் கத்தோலிக்க மதம் செல்வாக்கு செலுத்தியது. எழுத்திலும் பிரதிபலித்தது.

ஆனால் நடுநிலைப்பாட்டையே பின்பற்றினார். வாழுங்காலத்தில் அரசிற்கு ஆதரவாக வாழ்ந்தார். வாழ்ந்து முடித்தபின்பும் *1980*களில் சர்வாதிகாரம் கொண்ட ராணுவம் மக்களை ஒடுக்க நினைத்த போதும் அவரே தான் ஆதரவாக இருந்திருக்கிறார். அதாவது "அதிகாரத்திற்கு அடிபணிதல் மற்றும் சமூக ஒழுங்கு" ஆகியவற்றின் அடையாளமாக அவரது உருவப்படத்தை வைக்க ராணுவம் முன்வைத்தது.

லத்தீன் அமெரிக்கக் கவிதைகளில் இவரது பங்களிப்பு தான் செல்வாக்கு மிக்கப் பகுதியாக இன்றும் இருக்கிறது. இவர் வாயிலிருந்து வெளிப்பட்ட குரல் உலகையே உலுக்கி சமூகத்தில் ஒரு வடுவை ஏற்படுத்தியது. அவரது குரலைக் கேட்க மறுத்தவர்களின் கண்களைத் திறந்தன. காதுகளை அடைந்தன. முதல் தொகுப்பில் அவர் தனது அழுகையை சொர்க்கம் வரை எட்டச்செய்தார். மிகவும் குறைவானர்களுக்கே அவரது முதல்க காதலைப் பற்றித் தெரியும். மரணம் மற்றும் கடவுள் மீதான விரக்தி நிறைந்த கவிதைகளை உருவாக்க அந்த மரணம் உதவியது என்று பொதுவாகத் தெரிந்துகொள்ளலாம். அவரது இலக்கியம் இறப்பு, சோகம், கசப்பு ஆகியவற்றை உள்ளடக்கியதாக இருந்ததால் கறுப்பு வெள்ளையற்ற ஒருவகை சாம்பல் தன்மைக் கொண்டதாக வகைப்படுத்தப்படுகிறது.

அவர் லத்தீன் அமெரிக்காவின் துக்கம் மற்றும் தாய்மையைப் பாடும் சிறந்த பாடகியாக மாறிவிட்டார் என்றார் குல்பெர்க். இவரின் சில கவிதைகள் நேபாளி மொழியில் சுமன் பொக்ரெல் என்பவரால் மொழிபெயர்க்கப்பட்டுள்ளன. இதை "மன்பரேகா கேஹி கவிதா" என்ற தலைப்பில் தொகுத்து வெளியிட்டுள்ளனர்.

அசாதாரண உணர்ச்சி மிக்க சொற்களைக் கொண்டு எழுத்தில் உருவங்களுக்கு வண்ணம் தீட்டி,, சொந்த உணர்ச்சியின் சக்தியால் கவிதைகளை எளிதாக வாசகர்களுக்குக் கடத்திவிடுகிறார்.

காதல் தோல்வியால் திருமணம் செய்துகொள்ள வில்லை. அவர் துறவி போல் வாழ்ந்தார் என்றனர் சிலர். ஆனால் ஸெல்மாவைப்போல் ஓரினச் சேர்க்கையாளர் என்ற சர்ச்சையும் எழுந்தது. அதேபோல் கடித ஆவணங்கள் இருந்திருக்கின்றன. 31 வயது இளையவரான டானா இதை ஒரு நேர்காணலில் மறுத்துவிட்டார். மாற்றாந்தாய்க்கும் வளர்ப்பு மகளுக்கும் இடையிலான உறவிது என்றார். டானாவிற்கும் மிஸ்ட்ரலுக்கும் இடையே ஆயிரக்கணக்கான ஆவணங்கள் இருந்திருக்கின்றன. இந்தக் கடிதங்களை வெல்மா கார்சியா ஆங்கிலத்தில் மொழிபெயர்த்தார். 2018-இல் நியூமெக்ஸிகோ பல்கலைக்கழக பத்திரிகையால் இது வெளியிடப்பட்டுள்ளது.

புகழோடு சர்ச்சைகளும் சேர்வது தான் பிரபலம். முறையான கல்வி இல்லாத சர்ச்சைக்கு, பட்டம் கொடுத்து ஆதரித்த அதே பல்கலைக்கழகங்கள். இந்த சர்ச்சைக்கு கடிதங்களை மொழிபெயர்த்து ஆதாரமாக்கி இருக்கின்றன. உண்மை வெல்வது இருக்கட்டும். இவை வந்த வேகத்தில் அழிந்துவிடுகின்றன. மறந்தும்போய்விடும். ஆனால் அவர் எழுத்துகள் காலத்தால் அழியாமல் நிலைத்து நிற்கக்கூடியது.

6. லியோனி நெலி சாக்ஸ்

ஜெர்மனியின் நாசிசத்தை நார்வேயில் இருந்து கொண்டே எதிர்த்தவர் சிக்ரிவ் அன்செட். கடைசியில் நார்வேயை நாஜிப்படை சூழ்ந்தபோது அமெரிக்காவிற்குத் தப்பி ஓடினார். ஜெர்மனியிலேயே பிறந்து வளர்ந்த கவிஞரையும் நாசிசம் துரத்தத் தான் செய்தது, அவர் யூதராக இருந்தால் செல்வச்செழிப்பு மிக்க சீமானுக்கு மகளாகப் பிறந்து எதிர்காலத்தில் ஒரு இளவரசியைப் போல வாழ்ந்திருக்க வேண்டியவரை, நாஸிசம் அதன் அளவற்ற சர்வாதிகாரத்தால் அச்சுறுத்தி அகதியாக்கியது. இவரை சித்ரவதை முகாமில் அடைக்க உத்தரவு வருகிறது. ஸ்வீடனைச் சேர்ந்த தோழி ஸெல்மா லாகெர்லெவ், அவர் அங்கிருந்து வெளியேற உதவுகிறார். . தன்னுடைய இறப்புக்கு சில நாட்களுக்கு முன்பு, ஸ்வீடன் அரசக்குடும்பத்துடன் பேசி ஜெர்மனியிலிருந்து ஸ்வீடனுக்குக் கிளம்பிய கடைசி விமானத்தில் நெலியையும் அவரது தாயையும் தப்பிக்க வைத்தார். அகதியாக சென்ற நாட்டின் மொழியைக் கற்றுக் கொண்டு தான் நோபல் வரைச் சென்றார் லியோனி

நெலி சாக்ஸ்.

ஆண்டுதோறும் நோபல் பரிசு வழங்கப்படும் தினமான டிசம்பர் 10ஆம் தேதி பெர்லினில் ஒரு யூதக்குடும்பத்தில் 1891 ஆம் ஆண்டு பிறந்தார் நெலி. சரியாகத் தன்னுடைய 75ஆவது பிறந்த நாளன்று இலக்கியத்துக்கான நோபல் பரிசை வென்றார். மனப்பிறழ்ச்சி அடையும் அளவிற்குத் தொடர்ந்து துரத்திய நாஜிக்களின் சித்ரவதை முகாம் நினைவுகளுக்கிடையேயும் இவர் தன் எழுத்துப்பயணத்தைத் தொடர்ந்தது ஆச்சரியமூட்டி னாலும் முற்றிலும் சவாலானது.

பெரும் செல்வந்தரான இரப்பர் தொழிற்சாலை முதலாளியின் மகள். நாகரிகமாக வளர்ந்தார். பள்ளியில் சேர்ந்தவர், உடல்நலக்குறைவு காரணமாக வீட்டிலிருந்தே பயின்றார். சிறுவயதியில் ஒரு நடனக் கலைஞராகத் தனது திறமைகளை வெளிப்படுத்தினார். ஆனால் பாதுகாப்புக் கருதி பெற்றோர் அதை ஊக்குவிக்கவில்லை. எனவே எழுத்தின் பக்கம் தனது கவனத்தைத் திருப்பினார். பதினேழாவதுவயதில்கவிதைஎழுதத்தொடங்கினார். பெரும்பாலானவர்களைப்போல் காதல் கவிதையில் தான் தன் எழுத்துப் பயணத்தைத் தொடங்கினார். அதை வசீகரமாக எழுதினார். அந்தக் கவிதைகளால் 1920களில் பத்திரிகைகளில் அறிமுகமாகிறார். இது அவருக்கு மகிழ்ச்சியாகவும் எழுத்தைத் தொடர்வதற்கு ஊக்கமாகவும் இருந்தது. இவரது கவிதைகள் யூத மதத்தை விட கிறிஸ்தவத்தால் ஈர்க்கப்பட்டவையாகவே இருந்தன. காதல் கவிதைகளால் பிரபலமடைந்து இருந்தாலும் இவர் திருமணம் செய்துகொள்ளாதவர் என்பது குறிப்பிடத்தக்கது.

நாசிஸக் கொடூரங்களால் அதிர்ந்து திகிலடைந்ததால் தன் பேசும் திறனையே இழந்தார். (பிற்காலத்தில் ஒரு மேடைப்பேச்சில் நான் ஊமையாகிப்போனேன் என்பார்.) கடுமையான மன அழுத்தத்தால் பாதிக்கப் பட்டார். எனவே பண்டைய யூத எழுத்துகளில் ஆறுதலைத் தேடினார். இளம் வயதிலேயே ஸ்வீடன் நாட்டு எழுத்தாளர் ஸெல்மாவின் படைப்புகளால் ஈர்க்கப்பட்டார். எனவே கடிதப்பரிமாற்றம் மூலம் அவரிடம் நட்பை வளர்த்துக்கொண்டார். அதனால் தான் ஆபத்தான நிலையில் *1940* –இல் அவரால் ஜெர்மனியை விட்டு தப்பிக்க முடிந்தது. அப்போது தப்பமுடியாத நெருங்கிய உறவினர்கள் அத்தனை பேரும் நாஜிக்கு பலியாகினர். ஒரு பெட்டியையும் சிறிதளவு பணத்தையும் எடுத்துக் கொண்டு தன் தாயுடன் தப்பித்து வந்தார்.

ஸ்டாக்ஹோமில் தாயுடன் இரண்டு சிறிய அறைகள் கொண்ட அடுக்குமாடி வீட்டில் வசித்து வந்தார். புலம்பெயர்ந்து ஐம்பது வயதிற்குப் பிறகுதான் குறிப்பிடத்தக்க கவிஞராகத் தனது வாழ்க்கையைத் தொடங்கினார்.

தன் தாயைப் பார்த்துக்கொள்ளும் பொறுப்புடன் தன் எழுத்துப்பணியையும் தொடர்ந்தார். பன்னிரெண்டு ஆண்டுகள் கழித்து ஸ்வீடிஷ் குடியுரிமையைப் பெற்றார். அதற்குள் ஸ்வீடிஷ் மொழி கற்றுக்கொண்டு ஜெர்மனுக்கும் ஸ்வீடனுக்கும் இடையே மொழிபெயர்ப்புப் பணியில் இறங்கினார். ஸ்வீடிஷ் கவிதைகளை ஜெர்மன் மொழியிலும், ஜெர்மன் கவிதைகளை ஸ்வீடிஷ் மொழியிலும் மொழி பெயர்த்தார். இதற்காகவே தனது பெரும்பாலான நேரத்தை செலவிட்டார்.

முன்பு எழுதியவைகள் ரொமாண்டிசிசக் கவிதைகள். ஆனால் அந்த ரொமாண்டிசிச கவிதைகள்தான் அவரை ஜெர்மன் மொழியிலிருந்து யூத எழுத்தாளராக மாற்றியது. கவிஞர் பால் செலானின் நட்பிற்கு பிறகே தனது கவிதையை வேறு தளத்திற்குக் கொண்டு சென்றார். செலான் பாலுடன் ஆழமான சகோதரத்துவ நட்பு கொண்டார். மிகவும் பிரபலமான கவிதை ஒன்றில் இவர்களது பந்தம் விவரிக்கப்பட்டுள்ளது. இவர்களுக்கு யூத கிறித்தவ நம்பிக்ககள் மீதான ஆர்வம் ஒரே மாதிரி இருந்தது. இதில் நாம் கற்றுக்கொள்ள வேண்டியது தொழில் மோதலின்போதும் நட்பு உறுதியாக இருந்தது என்பதுதான். செலான் கருத்துத் திருட்டு சர்ச்சையில் அகப்பட்டுக்கொண்டு அவதிப்பட்டார். அப்போது நெலி தான் ஆறுதலாக உடன் நின்றார்.

நெலியின் கவிதைகளுக்கான கருப்பொருட்கள் யூத நம்பிக்கைகள் மற்றும் மாயவாதத்திலிருந்து எடுக்கப்பட்டவை. பண்டைய மத நூல்களின் பாடல்களின் எதிரொலிகளை நவீனத்துவ மொழியுடன் இணைத்தார். இவரது பாடல் வரிகள் மிக எளிமையாகவும் மென்மையாகவும் இருந்தன. நாஜி மரண முகாம்களிலிருந்து இஸ்ரேலிய உடல்கள் புகையாக மேல்நோக்கி நகரும் காட்சியை விவரிக்கும் ஒரு பாடலை எழுதியிருப்பார். இது உலகப் புகழ் பெற்ற கவிதையானது. இன்றுவரை இஸ்ரேலியர்களின் மீதான சாபம் இதுவாகவே இருக்கிறது. குழந்தைகளின் கண்களில் விஷப்புகை செலுத்திக் கொல்லப்பட்டதையும் அறிவோம். சமீபத்தில், நீங்கள் இறக்கும்வரை கண்ணீர் புகை செலுத்துவேன் எனச் சொன்ன போலீஸ் அதிகாரி வரை நினைவுபடுத்திச் செல்கிறது. இந்தப் பாடலைத்தான் அவரது தொகுப்பிற்கான ஆங்கில மொழிபெயர்ப்பில்

தலைப்புக்கவிதையாக வைத்தனர். அவரது முதல் கவிதைத் தொகுப்பு *1947-ல் (In the Habitations of the Death)* "மரணத்தின் வாழ்விடங்களில்" என்ற பெயரில் வெளிவந்தது.

அவரது கவிதைகளும் நாடகங்களும் மொழிபெயர்ப்பு களும் பரவலாகக் கவனம் பெற்றன. அங்கீகாரமும் விருதுகளும் வரத்தொடங்கின.

தாயின் மரணத்திற்கு பிறகு மீண்டும் மன அழுத்தம் மற்றும் நரம்பு சம்பந்தமான பிரச்சினைகளால் பாதிக்கப்பட்டார். நாஜியின் துன்புறுத்தல் ஆழ்மனதில் ஆறாத வடுவை ஏற்படுத்தியிருந்தது. நாஜிகளிடமிருந்து தப்பினாலும் நினைவுகளிலிருந்து தப்பவில்லை. தனிமையில் இருந்ததால் அவர்களிடம் அகப்பட்டுக்கொண்டு சித்ரவதைக்குள்ளாவது போன்ற பிரமையாலும் பீதியாலும் தாக்குண்டார். யாராவது ஜெர்மானிய மொழியில் பேசுவதைக்கேட்டாலே அஞ்சி நடுங்குமளவு பாதிக்கப்பட்டிருந்தார். மனநல மருத்துவ மனையில் சிகிச்சைப்பெற்று வந்தார். அங்கிருந்துகொண்டே எழுதினார். மனநலம் பலவீனமாக இருந்தபோதிலும் சொந்தமாக வாழத் தேவையான அளவு தேர்ச்சி பெற்றார்.

ஆனாலும் அவருடைய மனநிலை எளிதில் பாதிக்கப் படக் கூடியதாகவே இருந்தது. ஒரு இலக்கியப் பரிசைப் பெறுவதற்காக சுவிஸ்சர்லாந்து சென்றார். அங்கே சிலர்ஜெர்மனில் பேசுவதைக் கேட்க நேர்ந்தது. சற்றும் எதிர்பாராத இந்தத் திடீர் தூண்டுதலால் மீண்டும் மோசமாகப் பாதிக்கப்பட்டார். ஆனால் நாஸிசத்துடன் எந்தத் தொடர்பும் இல்லாத இளைய தலைமுறை ஜெர்மானியர்களை மன்னிக்கும் மனோபாவம் அவரிடம் இருந்தது.. பல ஜெர்மன்

எழுத்தாளர்களுடன் கடிதப் போக்குவரத்து வைத்துக் கொண்டிருந்தார்.

துன்பத்தின் சுழற்சி, துன்புறுத்தல், நாடுகடத்தல் மற்றும்மரணம்ஆகியயூதமக்களின்வாழ்க்கையையே தன் படைப்புகளில் வெளிப்படுத்தினார். ஆனால் தன் சக்தி வாய்ந்த மொழியால் அதை மனிதனின் கசப்பான விதியாக உருவகப்படுத்தி விடுகிறார். பல நாடகங்களை எழுதினார். வானொலியில் ஒலிபரப்பப்பட்ட இவரது *Eli* என்ற கவிதை நாடகம் மிகவும் புகழ்பெற்றது. பரவலான பாராட்டையும் பெற்றது. நாடகங்களுக்காக ஸ்வீடன் மற்றும் ஜெர்மனி என்று இரண்டு நாடுகளின் விருதுகளையும் பெற்றிருக்கிறார். வசன நாடகங்கள், கவிதைத் தொகுதிகள் வெளியிட்டார்.

ஜெர்மன் கவிஞரும் நாடக ஆசிரியருமான இவர் தீவிரமான செய்தித் தொடர்பாளருமாவார். ஜெர்மன் பதிப்பாளர்கள் அளித்த அமைதிக்கான பரிசைப் பெற்றார். அதை ஏற்றுப் பேசும் போது, தன்னைத் துரத்தி அடித்த நிலத்திலிருந்து விருதை ஏற்றுக்கொள்ளும்போது கடந்தகால பயங்கரங்கள் மோசமான தழும்புகளாக இன்றும் நீடித்த போதிலும், ஜெர்மனின் இளைய தலைமுறையை நான் நம்புகிறேன். கடந்த காலத்தின் கொடுமைகளால் பாதிக்கப்பட்டவர்களைத் துயரத்துடன் நினைவு கூறும் அதேவேளை, ஒரு புதிய ஆரம்பத்தை எதிர் நோக்கி ஒன்றிணைந்து நடை போடுவோம். இன்றோ நாளையோ இல்லை என்றாலும், வெகு சீக்கிரம், நாம் நினைவுகளில் நிலைத்து நிற்கக்கூடிய நல்ல கனவொன்றை உருவாக்குவோம் என்றார். .

நாட்டைவிட்டுத் துரத்திய ஜெர்மனி மரியாதை செலுத்தி தன் வருத்தத்தை வெளிப்படுத்த முன்வந்தது. 1961-ஆம் ஆண்டு முதல் நெலி சாக்ஸ் பெயரில் ஒரு இலக்கிய விருதை அறிவித்தது. அதில் முதல் விருதை பெற்றவர் நெலி தான். இரண்டாண்டுகளுக்கு ஒருமுறை இவர் நினைவாக இந்த விருதை வழங்கிவருகிறது. இதன் மூலம் பல ஜெர்மானியர்களுக்கும் யூதர்களுக்கும் இடையிலான நம்பிக்கையற்ற உறவுப் பிளவை முறியடிக்க முடிவதோடு, இருதரப்புக்கும் இடையிலான நல்லிணக்கமும் சாத்தியமாகும் என்று ஜெர்மனி நம்புகின்றது.

யூதப் படுகொலையின் துன்பங்களை நினைவு கூறும் விதமாக வழங்கப்பட்ட 1966-ஆம் ஆண்டின் இலக்கியத்திற்கான நோபல் பரிசை சக யூதர் அக்னோனுடன் பெற்றார். அக்னோன் இஸ்ரேலையும் அங்கு வாழும் யூத மக்களின் துயரத்தையும் பிரதிநிதித்துவப்படுத்தி எழுதியிருந்தார். நவீன ஹீப்ரு எழுத்தாளர். ஐரோப்பிய யூதர்களின் செல்வச் செழிப்பு மற்றும் ஒழுக்கச் சிதைவை எழுதியிருக்கிறார். ஆஸ்ட்ரோ ஹங்கேரிய பேரரசுகளில் அலைந்து திரிந்த ஒவ்வொரு யூதனையும் உருவகமாக எழுதியிருக்கிறார். இருவரும் ஒரே அலைவரிசையில் செழுமையாக இயங்கியவர்கள் என்பதால் ஒரு நோபல் இருவருக்குமாக பகிர்ந்தளிக்கப்பட்டது.

பெருங்குடல் புற்றுநோயால் பாதிக்கப்பட்ட இவர் மே 12, 1970இல் இறந்தார். ஸ்வீடன் நாட்டில் ஸ்டாக்ஹோமில் அவரது அம்மாவிற்கு அருகில் அடக்கம் செய்யப்பட்டார். அவரது உடைமைகள் ஸ்வீடன் தேசிய நூலகத்திற்கு நன்கொடையாக வழங்கப்பட்டன.

பெர்லினில் அவர் பிறந்த இடத்தில் நெலிக்கு ஒரு நினைவிடம் அமைக்கப்பட்டுள்ளது. அங்குள்ள ஒரு பூங்காவிற்கும் அவரது பெயரை வைத்துள்ளனர்.

பொதுவாக ஒவ்வொருவரும் சுறுசுறுப்பாக இயங்கும் இளம் வயதில் நெலி சாக்ஸ் குறிப்பிடும் படியாக எதையும் எழுதவில்லை.. ஆனால் ஐம்பது வயதிற்கு மேல் புதிய மொழி பயின்றிருக்கிறார். அதன் பிறகு எழுத ஆரம்பித்து எவ்வளவு சாதித்திருக்கிறார் என்பதுதான் நம் எல்லோருக்குமான பாடம். கூடவே மனம் பிறழ்ந்த மனநிலையிலும் எழுத்தைக் கைவிடாமல் ஆச்சர்யப்படுத்தியிருக்கிறார்.

7. நாடின் கோர்டிமர்

தென்னாப்பிரிக்காவில் நிறவெறிக்கொள்கை ஆதிக்கம் செலுத்திய காலமது. பைக்கோ ஒரு மருத்துவ மாணவர். கறுப்பினத்தவரின் நலன் கருதும் மாணவர்களை ஒருங்கிணைத்து ஒரு சங்கம் தொடங்கினார். அவரது தீவிர அரசியல் நடவடிக்கைக் காரணமாக கல்லூரியிலிருந்து வெளியேற்றப்பட்டார்.

ஒன்றிற்கும் அதிகமான நபர்களிடம் பேசக்கூடாது. நகரத்தை விட்டு வெளியே செல்லக் கூடாது. பொதுப் பத்திரிக்கைகளில் எழுதக்கூடாது. ஊடகங்களுடன் பேசக்கூடாது. பைக்கோ பேசியதையோ எழுதியதையோ எவரும் மேற்கோள் காட்டக்கூடாது. இப்படியான சட்டதிட்டங்கள் இருந்தன. இருந்தும் அவரைக் கைது செய்தது நிறவெறி அரசு. நாள் முழுவதும் விசாரணை என்ற பெயரில் சித்ரவதை செய்து கொன்றனர். ஆனால் அவர் உண்ணாவிரதம் இருந்ததால் இறந்துவிட்டதாக அறிவித்தனர். அவரது இறப்பிற்கு, தலையில் இருந்த காயங்கள் தான் காரணமென பிரேத பரிசோதனை அறிக்கை சொன்னது. தென்னாப்பிரிக்கப் பத்திரிக்கையாளரான

டொனால்ட் வுட்ஸ் எழுதிய பைக்கோ என்ற புத்தகம் இந்தப் போராட்டத்தை முழுமையாக விவரிக்கிறது.

இப்படியான ஒரு காலகட்டத்தில் தான் நாடின் கோர்டிமரும் நிற வெறிக்கெதிராக எழுதினார். மண்டேலாவின் சிறை வாசத்தையோ பைக்காவுக்கு நடந்த கொடுமையையோ கண்டு அஞ்சியிருந்தால் அவரால் எழுதியிருக்க முடியாது. புக்கர், நோபல் என உலக அங்கீகாரம் கிடைத்திருக்காது.

ஏழாவது பெண்ணாக இலக்கியத்திற்கான நோபல் பரிசு பெற்ற இவர் புக்கர் பரிசையும் வென்றவர். *1974*-இல் புக்கர் பரிசு பெற்ற பின்னர் பதினேழு ஆண்டுகள் கழித்துதான் *1991*ல் நோபல் பரிசிற்காகப் பரிந்துரைக்கப்பட்டார். அற்புதமானகாவிய எழுத்தின் மூலம் *(*ஆல்ஃபிரட் நோபலின் வார்த்தைகளின் படி*)* மனித குலத்திற்கு நன்மை பயக்கிறார் என்ற காரணத்திற்காக நோபல் பரிசு வழங்கப்பட்டது.

1923 நவம்பர் *20* தென்னாப்பிரிக்காவின் ஸ்பிரிங்ஸ்-இல் பிறந்தார். இவரது பெற்றோர் யூத இனத்தைச் சேர்ந்தவர்கள். தந்தை லாட்வியாவைச் சேர்ந்தவர். தாயார் இங்கிலாந்தைச் சேர்ந்தவர். கலப்பின வெள்ளையினத்தவரான இவர், தன் தாய்நாட்டின் நிறவெறிக் கொள்கையை எதிர்த்துப் போராடிய கறுப்பரல்லாதவர்என்பது குறிப்பிடத்தக்கது.

இவரது தாயார் கறுப்பின மக்கள் கல்விபெற இயலாததைக் கண்டு வருந்தினார். அவர்களுக்காக ஒரு மழலையர் பள்ளியைத் தொடங்கினார். இதயம் பலவீனமாக இருந்த கோர்டிமரை வெளியே அனுப்பாமல் வீட்டிலேயே தங்கவைத்தார். எனவே தான் சிறுவயதில் எழுத ஆரம்பித்தார். அதாவது ஒன்பது வயதில். முதல் படைப்பு வெளியிடப்பட்டபோது வயது பதினைந்து.

இவர் கத்தோலிக்க கன்னியாஸ்த்திரி பாடசாலையில் கல்வி பயின்றார். ஒரு வருட பல்கலைக்கழக படிப்பபைப் படித்தார். ஆனால் பட்டப்படிப்பை பூர்த்தி செய்யவில்லை.

அம்மாவைப் போலவே இவரும் கறுப்பினத்தாரின் துயரைக் கண்டு வருந்தினார். ஆயுள் முழுவதும் புதினங்களிலும் கதைகளிலும் நிறவெறியின் அவலங் களையே எழுதினார். இவரது கதைகள் பெரும்பாலும் உள்ளூர் பத்திரிக்கைகளில் பிரசுரமாயின. ஏ வாட்சர் ஒஃப் த டெட் என்ற கதை மூலம் பொதுமக்களால் பரவலாக அறியப்பட்ட எழுத்தாளரானார். நிறவெறி எதிர்ப்பு இயக்கத்தில் ஈடுபட்டார்.

தனது இருபத்தைந்தாவது வயதிலிருந்து இறக்கும் வரை ஜொகன்னஸ்பர்க்கில் வசித்துவந்தார். 1949-இல் ஜெரால்ட் காவ்ரன் என்ற பல் மருத்துவரை திருமணம் செய்துகொண்டார். ஒரு வருடத்தில் இவர்களுக்கு ஒறியன் என்ற மகள் பிறந்தாள். ஆனால் அடுத்த இரண்டாண்டுகளுக்குள் இவர்களது திருமண வாழ்வு முறிந்துவிட்டது. 1954-இல் ஓவிய வியாபாரியான ரீன்ஹோல்ட் காஸிரர் என்பவரைத் திருமணம் செய்துகொண்டார். இத்திருமணத்தின் மூலம் பிறந்த மகன் ஹூகோ காஸிரர் நியூயார்க்கில் திரைப்படத் தயாரிப்பாளராக இருந்தார். தன் மகனுடன் இணைந்து சில ஆவணப் படங்கள் மற்றும் பிபிசி திரைப்படங்களில் பணியாற்றியுள்ளார். தனது ஏழு சிறுகதைகளைத் தழுவி தயாரிக்கப்பட்ட குறும்படங்களில் நான்கிற்கான திரைக்கதைகளை எழுதி இருக்கிறார்.

அவரது முப்பதாவது வயதில், முதல் நாவலான “தி லையிங் டேஸ்“ வெளிவந்தது. இது கணிசமான அளவு அவரது சொந்த வாழ்வை அடிப்படையாகக் கொண்டு

எழுதப்பட்டது. 1960 மற்றும் 1970களில் கோர்டிமர் நிறவெறிக்கு எதிராக வளரும், எதிர்ப்பு இயக்கத்தின் பின்னணியில் பல நாவல்களை எழுதினார்.

முதல் நாவலைப் போலவே அடுத்த மூன்று நாவல்களும் பேசும்படியான உயரத்தில் இவரை வைத்தன. எ வேர்ல்ட் ஆஃப் ஸ்ட்ரேஞ்சர்ஸ் தென்னாப்பிரிக்காவின் நிறவெறி, சர்வதேச முதலாளித்துவம், தாராளமயவாதம் என்பவற்றை அடிப்படையாகக் கொண்டு எழுதப்பட்டது. இந்த நாவல் சுமார் பன்னிரண்டு வருடங்கள் தென்னாப்பிரிக்காவில் தடை செய்யப்பட்டிருந்தது

Accation For Loving பாலியல் உறவுகளுக்கு எதிரான சட்டத்தை மீறினால் காதலர்கள் சிறையில் அடைக்கப்படும் காலம் 1963. இந்நாவலில் நிறவெறியையும் காதலையும் ஒன்றாக இணைத்தார். ஒரு கறுப்பின ஆணுக்கும் ஏற்கனவே மணமான ஒரு வெள்ளையினப் பெண்ணுக்கும் இடையிலிருந்த சிக்கலான காதல் விவகாரத்தை ஆராய்கிறது. இவ்வாறான உறவுகளைக் குற்றமாகக் கருதிய தென்னாபிரிக்க அரசு இப்புத்தகத்தையும் தடை செய்தது.

1974ல் *The Conservationist* என்ற தலைப்பிலான நாவல் தான் அவருக்கு சர்வதேச அங்கீகாரத்தைக் கொடுத்தது. புக்கர் பரிசை ஈட்டிக்கொடுத்த நாவல் இதுதான். பணக்கார வெள்ளையினத் தொழிலதிபரின் உலகத்தை ஆண்டிஹீரோவின் கண்களால் ஆராய்கிறார்.

Burger's Daughter (1979) சோவேட்டோ எழுச்சிக்குப் பிறகு எழுதப்பட்டது. நிறவெறி எதிர்ப்பு இயக்கத்தின் தியாகியான தந்தையுடன் தனது உறவை பகுப்பாய்வு

செய்யும் ஒரு பெண்ணின் கதை. நாடுகடத்தல், சமரசம், சுரண்டல் மற்றும் அந்நியப்படுத்தல் ஆகியவற்றை மையமாகக் கொண்டு இந்த நாவலை எழுதினார். இந்த நாவலும் தடைசெய்யப்பட்டாலும் மூன்று மாதங்களில் அந்தத் தடை நீக்கப்பட்டது. ஆனால் அப்படி நீக்கியபோது வேறு இரண்டு கறுப்பின எழுத்தாளர்களின் புத்தகங்கள் தடை செய்யப்பட்டன என்பதைக் குறிப்பிட்டுச் சொல்வார்.

சுதந்திரமடைந்த *1990* களில் எழுதப்பட்ட அவரது பிற்கால படைப்புகளுக்கு வேறு பின்னணியை வழங்கினார்.

தனிநபர்களின் கதைகள் எப்போதும் இவரது கதைக ளின் மையத்தில் இருக்கும். இவரது ஒட்டுமொத்த இலக்கியப்படைப்புகள் தென்னாப்பிரிக்காவின் வரலாற்று வளர்ச்சியின் செழுமையான பிம்பங்களை உருவாக்கின.

The House Gun நிறவெறிக்குப் பின்னரான தென்னாப்பிரிக்காவின் சிக்கல்களை ஆராய்கிறது. இளைஞர்களிடையே குற்றவீதம் அதிகரிப்பது, வீட்டுக்கு வீடு துப்பாக்கிகள் இருப்பது, இன்னும் சில இடங்களில் மீதமிருக்கும் நிறவெறி என்பவற்றை இந்த நாவல் பிரதிபலித்தது.

தென்னாப்பிரிக்கா மற்றும் சவுதி அரேபியாவிற் கிடையேயான கட்டாயக் குடியேற்றத்தின் சோகம் தான் *The Pickup(2001)* என்ற நாவலின் கருப்பொருள்.

தனது கணவரின் மரணத்திற்குப் பிறகு எழுதப்பட்ட நாவல் 'கெட் ய லைஃப்' *(2005)*. பால் பேனர்மேன் என்னும் சூழலியல் நிபுணர். புதிதாக நிறுவப்பட இருக்கும் அணுமின் நிலையத்தை எதிர்த்துப் போராடுகிறார். ஆனால் முரண்பாடாக அவர் புற்று

நோயால் பாதிக்கப்பட்டிருக்கிறார். தனது மனைவி மற்றும் குழந்தைகளிடமிருந்து விலகி திருமணம் நம்பிக்கைகளைக் கேள்விக்குள்ளாக்குகிறார். இதன் மூலம் பல்வேறு வகையான சுற்றுச்சூழலின் பலவீனத்தைப் பற்றிச் சொல்ல வருகிறார் என்பதாக யூகிக்க முடிகிறது. தென்னாப்ரிக்க சுற்றுச்சூழல் அமைப்பின் வெறித்தனமான சுரண்டலுக்கு பேனர்மேனின் உடலில் தோன்றிய புற்றை குறியீடாக்கியிருக்கிறார். அழிக்க அழிக்க அது முளைக்கிறது என்பதாக புரியவைக்கிறார்.

இவரது படைப்புகள் முப்பது மொழிகளில் மொழியாக்கம் செய்யப்பட்டுள்ளன. பதினைந்திற்கும் மேற்பட்ட சிறப்பு முனைவர் பட்டங்களைப் பெற்றார். பல கல்லூரிகளில் சிறப்புப் பேராசிரியராக இருந்திருக்கிறார். மேடைகளில் தோன்றி சிறப்புரையாற்றியிருக்கிறார்.

அவரது கடைசி நாவல் *No Time Like the Present (2012).* தென்னாப்பிரிக்க வாழ்க்கையின் சவால்களில் விழுந்து எழுந்துதான் எழுதக் கற்றுக்கொண்டார். அந்நாடுதான் அவர் பணிக்குத் தேவையான தார்மீக சக்தியையும் கற்பனை வளத்தையும் தந்தது.

ஆலிஸ் மன்ரோவைப் போலவே இவரும் சுருக்கமான எழுத்து பாணியைக் கைக்கொண்டார். இவை இலக்கணத்தின் கட்டுப்பாடுகளுக்கு எதிரான தருணங்களாக இருந்தன. வாக்கியங்களுக்கான மதிப்பு குறைவாக இருந்தாலும் சிறப்பான பாதிப்பை ஏற்படுத்தியது. அசாதாரண சக்தியும் கூர்மையும் கொண்ட எழுத்தாளர் இவர்.

டோனி மொரிசன் மற்றும் ஆலிஸ் வாக்கரைப் போலவே இவரும் தனிப்பட்ட அரசியல் உறவுகளை

வரையறுப்பதில் திறமையானவர். 90 வருட வாழ்க்கையில் தென்னாப்பிரிக்காவின் ஒவ்வொரு கட்டத்தையும் சமரசம் செய்து கொள்ளாத மறுப்புடன் பட்டியலிட்டவர்.

மனிதத் தொடர்புகளைச் சிதைக்கும் அரசியல் அமைப்புகளில் அறநெறியின் தடுமாற்றத்தை ஆராய்ந்தவர். ஏக்கத்தின் ஆழம், பல துரோகங்கள் மற்றும் ஆறுதலை இழந்த உலகில் தக்கனப் பிழைத்துக்கொள்ளும் வழிவகைகளை மக்களுக்குச் சொன்னார். தன் தோழர்கள் ஆலன் பாட்டன் மற்றும் ஜே.எம்.கோட்ஸியைப் போலவே நாட்டின் வரலாற்றை நாடகமாக்கினார். சர்வாதிகார அரசின் இரட்டைத் தன்மை, பதட்டம் ஆகியவற்றை உரையாக நிகழ்த்தினார்.

இவருக்கு அமெரிக்கா, பெல்ஜியம், தென்னாப்பிரிக்க பல்கலைக் கழகங்கள் மற்றும் இங்கிலாந்தின் யார்க், ஆக்ஸ்ஃபோர்டு மற்றும் கேம்பிரிட்ஜ் பல்கலைக் கழகங்களில் கௌரவ டாக்டர் பட்டங்கள் வழங்கப்பட்டுள்ளன. எழுத்தாளர் ஒரு காலத்தின் ஊதுகுழலாகவும், அறப்போரின் பேச்சாளராகவும் தார்மீக உளவியல் உண்மைகளை ஆராய்பவராகவும் இருக்கிறார். மேலோட்டமான கலாச்சாரத்திலிருந்து விலகி நம்பிக்கை நட்சத்திரமாக இருந்திருக்கிறார்.

எழுத்துரிமை பத்திரிக்கைச் சுதந்திரம் ஆகியவற்றிற்காகக் குரல் கொடுத்தார். எச்.ஐ.வி. க்கான விழிப்புணர்வை ஏற்படுத்தினார். ஒரு தனி நாடோ, சமுதாயமோ மனிதப் பண்பாட்டைப் பிற நாடுகளுக்குப் பரப்பக் கூடாது என வலியுறுத்தினார்.

கோர்டிமர் தனிமையை விரும்புபவர். எளிதில் யாருடனும் நட்புகொள்ள மாட்டார். ஆனால்

சிறையிலிருந்து விடுதலைப் பெற்ற நெல்சன் மண்டேலாவை நேரில் சந்தித்து வாழ்த்துக் கூறினார்.

தென்னாப்பிரிக்க விஷயங்களில் புனைக்கதை அல்லாதவற்றை மட்டுமே எழுதியவர். நிறவெறிக் கொள்கைகளின் அநீதிகள் மற்றும் கொடுமைகளில் தனது கருப்பொருளைக் கண்டறிந்தவர். கடைசியில் ஒபாமாவையும் விட்டுவைக்காமல் பேசியவர்.

Civil Disobedience (சட்டக் கீழ்ப்படியாமை) என்ற நாவலின் களம் தான் நோபல் பரிசுக்கான காரணமாக சொல்லப்பட்டது. நிறவெறிப் போராட்டத்தில் கலந்து கொள்ளப் போகும் ஒரு வெள்ளையினப் பெண்ணின் உள்ளுணர்வுப் போராட்டம் தான் அது. போராட்டத்திற்கு பெயர் கொடுத்ததிலிருந்து போராட்டக் களம் வரைக்குமான மனப்போராட்டம். கடைசி நிமிடம் வரை எந்நேரத்திலும் பின்வாங்கிக்கொள்ளும் யோசனையாகவே இருக்கும். இறங்கியப்பின் கடைசியாக போராட்டத்தில் போலீசாரால் கைது செய்யப்படும்போது என்னுடைய பெயர் ஜாய்ஸ் என்று அழுத்தம் திருத்தமாக சொல்வார். அதைத் தனது வெற்றியாகக் கருதுவார். இதை நிறவெறிப்போராட்டம் என்பதைத் தாண்டி பெண்கள் ஒவ்வொருவருக்குமான மனத்தடைப் போராட்டமாக எடுத்துக்கொண்டு பார்த்தால் கதையை வேறு தளத்திற்கு நகர்த்தலாம்.

இப்படித்தான் இவர் தனது மனத்தடையைத் தாண்டி வந்திருக்கிறார் என்றோ நாமும் இப்படி மனத்தடையை உடைத்துக்கொண்டு வரவேண்டும் என்றோ புரிந்துகொள்ளலாம்.

2014 ஜூலை 13 அன்று, தன் 90 வது வயதில் இறந்தார்.

8. டோனி மொரிசன்

டோனி மொரிசனின் தந்தைக்கு *15* வயது இருக்கும். அவரது தெருவில் வசித்த இரண்டு ஆப்பிரிக்க – அமெரிக்க தொழிலதிபர்களை வெள்ளையர்கள் குழு ஒன்று அடித்துக்கொன்றது. இதை அவர் பார்த்துவிட்டார். மிகவும் அதிர்ச்சியான சம்பவமாக இருந்தது. அவர்களின் உடல்களைப் பார்த்ததாக யாரிடமும் எப்போதும் கூறியதில்லை. அதன் பிறகு அவர் இனரீதியாக ஒருங்கிணைக்கப்பட்ட இடத்திற்குச் சென்றார். அங்கே இலாபகரமான இயங்கிய தொழில்துறை ஒன்றில் வேலைவாய்ப்பைப் பெற்றார். ஒரு எஃகு நிறுவனத்தில் உலோகம் பற்றவைப்பவராக வேலைக்குச் சேர்ந்து இதை மறக்க முயற்சித்திருக்கிறார். இதை மகளிடம் சொன்னபோது அவரும் அதிர்ச்சியடைந்தார். ஒரு நேர்காணலில் தனது தந்தை வெள்ளையர்களை மிகவும் வெறுக்கிறார் என்று மட்டும் கூறினார்.

டோனி மொரிசன் *1931* பிப்ரவரி *18* அமெரிக்காவின் ஓகையோ லோரைனில் பிறந்தார். இதேபோல்

ஒரு சம்பவம் டோனி மொரிசன் குழந்தையாக இருக்கும்போதும் நடந்தது. பெற்றோரால் வீட்டு வாடகை செலுத்த முடியவில்லை. வீட்டு உரிமையாளர் அவர்கள் இருந்த வீட்டிற்கு தீ வைத்தார். இது போன்ற சந்தர்ப்பங்களில் விரக்தியில் விழுவதை விட தீமைகளின் இந்த வினோத வடிவத்தைக் கண்டு சிரிப்பது தான் சிறந்தது என்று அவரது குடும்பத்தினர் கூறினர். மேலும் நினைவில் அழியாது நிற்கக்கூடிய இது போன்ற, குரூரங்களுக்குத் தைரியத்துடன் முகம் கொடுக்கவும் தன் நேர்மையையும் அறத்தையும் காத்துக் கொள்ளவும் இது தான் சரியான வழிமுறை என பின்னாட்களில் புரிந்துகொண்டதாகவும் சொன்னார்.

உரிமையாளரின் இந்தத் தீய செயலைக் கண்டு இவர்கள் அஞ்சினர். அதன் பின்னர் சிறுவயதில் அடிக்கடி பயந்தார். பாட்டுப்பாடி, ஆப்பிரிக்க-அமெரிக்க நாட்டுப்புறக் கதைகளையும் பேய்க் கதைகளையும் சொல்லித் தான் தூங்கவைத்தனர். . இதன் மூலம் பாரம்பரியத்தைப் புரியவைத்ததோடு மொழி உணர்வுத் திறனையும் தூண்டிவிட்டனர். இன்னும் கொஞ்சம் வளர்ந்து தானே வாசித்துத் தெரிந்துகொண்டார். அப்போது ஜேன் ஆஸ்டனும் லியோ டால்ஸ்டாயும் இவர் விரும்பி வாசிக்கும் எழுத்தாளர்கள் ஆனார்கள்.

1993 ஆம் ஆண்டு இலக்கியத்திற்கான நோபல் பரிசு பெற்ற எட்டாவது பெண் இவர். அதற்கும் முன்பே புலிட்சர் விருதையும் பெற்றுவிட்டார் என்பது இவரின் கூடுதல் சிறப்பு.

பன்னிரெண்டு வயதில் கத்தோலிக்கரானார். ஞானஸ் தானம் பெற்றபோது வைத்த டோனி என்ற பெயரே

அவரது புனைப்பெயரானது. டோனி மொரிசன் லொரைன் பள்ளியில் படித்தார். விவாதக்குழுவிலும், நாடகக் கழகத்திலும் பங்குபெற்றார்.

1949-ல் ஹோவர்ட் பல்கலைக் கழகத்தில் சேர்ந்தார். அங்கே தான் இன ரீதியாக பிரிக்கப்பட்ட உணவகங்களையும் பேருந்துகளையும் கண்டார். சக கறுப்பின அறிஞர்களை நாடினார். *1953*இல் இளங்கலை ஆங்கிலமும் *1955*-இல் அதில் முது கலையும் பெற்றார்.

1957-இல் ஹோவர்ட் பல்கலைக் கழகத்திற்கு ஆசிரியராகத் திரும்பினார். அங்கே பணிபுரியும் போதுதான் ஜமைக்காவின் கட்டடக் கலைஞரான ஹரோல்டைச் சந்தித்தார். *1958*இல் இவர்கள் திருமணம் செய்து கொண்டனர். திருமணத்திற்கும் *1964*-இல் நடந்த விவாகரத்திற்கும் இடையில் இரண்டு குழந்தைகளுக்குத் தாயானார்.

ரேண்டம் ஹவுஸ் பதிப்பகத்தின் பாடநூல்ப் பிரிவில் ஆசிரியராகப் பணியாற்றத் தொடங்கினார். அங்கு அவர் புனைகதைத் துறையின் முதல் மற்றும் மூத்த கறுப்பினப் பெண் ஆசிரியரானார். அந்த நிலைக்கு உயர்ந்ததால் கறுப்பின இலக்கியத்தை சமூகத்தின் கவனத்திற்குக் கொண்டுவர முக்கியப் பங்காற்றினார்.

நைஜீரிய தென்னாப்பிரிக்க எழுத்தாளர்களின் படைப்புகளை உள்ளடக்கிய தற்கால ஆப்பிரிக்க இலக்கியம் *(1972)* அவர் பணியாற்றிய முதல் புத்தகமாகும். புதிய தலைமுறை ஆப்ரோ-அமெரிக்க எழுத்தாளர்களை வளர்த்துவிட்டார். கெயில் ஜோன்ஸ் போன்ற பல எழுத்தாளர்களை இவர் தான் கண்டறிந்தார்.

ஆப்பிரிக்க குத்துச்சண்டை சாம்பியனான முகம்மது அலியின் சுயசரிதையை(1975) வெளியிட்டார். அதிகம் அறியப்படாத நாவலாசிரியரும் கவிஞருமான ஹென்றி டுமாஸின் படைப்புகளை வெளியிட்டார். இவர் நியூயார்க் நகர சுரங்கப்பாதையில் வைத்து போக்குவரத்துக் காவலரால் சுட்டுக்கொல்லப் பட்டவர். எனவே அவரைப் பிரபலப்படுத்தினார்.

தி பிளாக் புக் (1974) என்ற புத்தகத்தைத் திருத்தி உருவாக்கினார். அமெரிக்காவில் அடிமையாக இருந்த காலம் முதல் 1920கள் வரையிலான கறுப்பின வாழ்வின் அடையாளம் அப்புத்தகம். புகைப்படங்கள், விளக்கப்படங்கள், கட்டுரைகள் மற்றும் ஆவணங்களின் தொகுப்பாகும்.

இந்தப் புத்தகம், பதிப்பகத்தால் பெரிய அளவில் எதிர்பார்க்கப்படவில்லை என்றாலும் அதன் வெளியீடு நல்ல வரவேற்பைப் பெற்றது. இந்தத் தொகுப்பை கிளீவ்லேண்ட் ப்ளைன் டீலருக்காக மதிப்பாய்வு செய்த ஆல்வின் பீம், "எடிட்டர்கள் தலைப்புப் பக்கத்தில் தங்கள் பெயர்களைப் போட்டுக் கொள்ளாமலேயே, நாவலாசிரியாரின் கருவைத் தங்கள் குழந்தையைப் போலப்பாவித்து அவற்றுக்கு உயிரூட்டுகின்றனர். டோனி மொரிசன் அது போன்ற ஒருவர்" என்றார்.

ஹோவர்ட் பல்கலைக்கழகத்தின் எழுத்தாளர்கள் குழுவின் சார்பாக டோனி மொரிசன்புனைகதைகளை எழுதத் தொடங்கினார். நீல நிறக் கண்களைப் பெற விரும்பும் ஒரு கறுப்பினப் பெண்ணைப் பற்றிய சிறுகதையாக ஆரம்பித்தார். பின்னர் அதை நாவலாக உருவாக்கினார். அது தான் தி ப்ளூஸ்ட் ஐ. 1970 இல் அது வெளியானபோது அவருக்கு வயது 39.

எழுதுவதற்காகவே தினமும் அதிகாலை நான்கு மணிக்கு எழுந்தார். இந்நூலுக்கு தி நியூயார்க் டைம்ஸ் சாதகமான மதிப்புரையை வழங்கியது. ஆனால் சில காரணங்களுக்காக நாவல் முதலில் நன்றாக விற்கவில்லை. நியூயார்க் நகர பல்கலைக்கழகம் அதன் புதிய பிரிவிற்கான வாசிப்புப் பட்டியலில் இந்நூலை சேர்த்தது. அதன் பிறகே இந்நூலின் விற்பனை அதிகரித்தது. இதன் மூலம் ரேண்டம் ஹவுஸ் பதிப்பக ஆசிரியர் ராபர்ட் காட்லீப்பின் கவனத்திற்கு டோனி மொரிசன் கொண்டு வரப்பட்டார். அதன்பிறகு டோனி மொரிசனின் பெரும்பாலான நாவல்களை ராபர்ட் தான் திருத்தினார்.

இரண்டு கறுப்பினப் பெண்களின் நட்பைப் பற்றிய டோனி மொரிசனின் இரண்டாவது நாவலான சுலா(Sula) (1973), தேசிய புத்தக விருதுக்குப் பரிந்துரைக்கப்பட்டது.

மூன்றாவது நாவலான சாங் ஆஃப் சாலமன் தேசிய புத்தக விமர்சகர்கள் வட்ட விருதை வென்றது. தனது அடுத்த நாவலில் (டார் பேபி 1981) ஒரு சமகாலப் பின்னணியைக் கொடுத்தார். அதில் நவ நாகரீக வெள்ளை மாடலான ஜடின், கறுப்பாக இருப்பதில் நிம்மதியாக இருக்கும் ஒரு ஏழை இளைஞனை காதலிக்கிறாள்.

அதன் பிறகு அவர் எழுதுவதற்கு ஹட்சன் ஆற்றின் படகு இல்லத்தைத் தேர்ந்தெடுத்துக்கொண்டார். எழுதி முடித்துப் புத்தகம் தயாரானதும் காலி செய்துவிடுவார். 1960களிலிருந்து 1980கள் வரை தன்னை ஒரு எழுத்தாளராக நிலைநிறுத்தி நற்பெயரை வளர்த்துக்கொண்டார்.

கூடவே மூன்று கல்லூரிகளில் ஆங்கிலம் கற்பித்தார். அல்பனி பல்கலைக்கழத்தின் உயர்ந்த இருக்கையில் நியமிக்கப்பட்டார். டோனி மொரிசனின் முதல் மேடை நாடகமான டிரீமிங் எம்மெட் அவரின் தந்தையின் வாழ்வில் நடந்த உண்மைச் சம்பவமான கறுப்பின இளைஞரை வெள்ளையர் கொன்றதைத் தழுவி எழுதப்பட்டது. அல்பனி பல்கலைக்கழகத்தில் உயரிய பதவியில் இருந்த போது அதை அவர் முன் நடித்துக்காட்டினர்.

அவரது மிகவும் பிரபலமான நாவல் பிலவ்டு *(1987)*. இது தான் புலிட்சர் விருதைப் பெற்றுக்கொடுத்தது. மார்கரெட் கார்னர் என்ற அடிமைப்படுத்தப்பட்ட ஆப்பிரிக்க-அமெரிக்கப் பெண்ணின் உண்மைக் கதை. கார்னர் அடிமைத்தனத்திலிருந்து தப்பினாள். ஆனால்அடிமை முகவர்களால் பின்தொடரப் பட்டாள். மீண்டும் அடிமைத்தனத்திற்கு திரும்பாம லிருக்க தனது இரண்டு வயதுக் குழந்தையைக் கொன்றாள். தற்கொலை செய்து கொள்ளும் முன் பிடிபட்டுவிடுகிறாள்.

இறந்த குழந்தை தனது தாயையும் குடும்பத்தையும் பேயாக வந்து வேட்டையாடுவதாக ஒரு கற்பனைக் கதை. இது ஒரு வகை பேய் கதை அல்ல. ஆனால் இயற்கைக்கு அப்பாற்பட்டது. ஆழமானப் பிரச்சினை களை ஆராய அந்த மாயத்தைப் பயன்படுத்தினார். எனவே தான் இது நேரியல் அல்லாதக் கதையாக அமைந்தது. . தி நியூயார்க் டைம்ஸ் விமர்சகர் ஒரு தாயே குழந்தையை கொல்வது கொடூரமானதாகவும், கவலையளிப்பதாகவும் உள்ளது என்று எழுதினார்.

இன்னொருவர் தனது மதிப்புரையில் மொரிசனின் பல்துறைத் திறன் மற்றும் உணர்வுபூர்வமான

எழுத்துக்கு எல்லையே இல்லை. அவர் சிறந்த அமெரிக்க நாவலாசிரியர் என்பதில் யாருக்கேனும் சந்தேகம் இருந்தால் இந்த நாவல் ஒன்றே அந்தச் சந்தேகத்தை தகர்த்து எறிந்துவிடும் என்றார். ஆனால் எல்லோரும் பிலவ்டை பாராட்டவில்லை.

புலிட்சர் விருதைத் தவிர உள்நாட்டு விருதுகள் எதையும் அது பெறவில்லை. காதல் மற்றும் ஆப்பிரிக்க-அமெரிக்க வரலாறு பற்றிய மூன்று நாவல் களில் பிலவ்ட் முதல் நாவல். அமெரிக்க இனவெறி அனுபவத்தின் கடுமையான விளைவுகளைப் பற்றிய டோனி மொரிசனின் அந்தப் படைப்பு உலகளவில் பாராட்டப்பட்டது. இக்கதை 1998-ல் திரைப்படமாகவும் வெளிவந்தது. கொலை, கற்பழிப்பு, அடிமைத்தனம் ஆகியவற்றைக் கொண்ட அசல் கதைக்களத்தால் உருவான திரைப்படம். ஆனால் அந்தப் படம் சுவாரஸ்யமாக இருக்கவில்லை.. எனவே படம் தோல்வியில் முடிந்தது.

அவரது பிரியமான முத்தொகுப்பின் மூன்றாவது நாவல் பாரடைஸ். இது முழுக்க முழுக்க கறுப்பர்கள் நிறைந்த நகரத்தின் குடிமக்களைப் பற்றியது. 1997இல் இது வெளிவந்தபோது டைம்ஸ் இதழின் அட்டைப்படத்தில் இருந்தார் டோனி. அந்த சகாப்தத்தின் மிக முக்கியமான அமெரிக்க இதழின் அட்டையில் தோன்றிய இரண்டாவது பெண் புனைவெழுத்தாளர் மற்றும் கறுப்பினப் புனைவெழுத்தாளருமாவார்.

1993இல் இலக்கியத்திற்கான நோபல் பரிசு வழங்கப்பட்டது. கவித்துவத்துடனும் தொலை நோக்குப் பார்வையுடனும் வகைப்படுத்தப்பட்டத் தன் நாவல்களில் அமெரிக்க யதார்த்தத்தின்

இன்றியமையாத அம்சத்திற்கு உயிர் கொடுக்கிறார் என்ற காரணத்திற்காக நோபல் பரிசு கொடுக்கப்பட்டுள்ளது. இவ்விருதைப்பெற்ற முதல் கறுப்பினப் பெண்மணி ஆவார்.

தனது இளைய மகன் ஸ்லேட் மோரிசனுடன் இணைந்து சிறுவர்களுக்கான புத்தகங்களை எழுதினார். ஸ்லேட் ஒரு ஓவியரும் இசைக்கலைஞரும் ஆவார். ஸ்லேட் கணையப் புற்றுநோயால் 2010-இல் தனது 45-வது வயதில் இறந்தார்.

மகன் இறந்த துயரத்தில் டோனி மொரிசன் தான் பாதி வரை எழுதி முடித்திருந்த ஹோம் நாவல் பணியை நிறுத்திவிட்டார். அது குறித்துக் கேட்கப்பட்டபோது, மீண்டும் சிந்திக்கக் கூடும் வரை நான் எழுதுவதை நிறுத்தியிருக்கிறேன். அவனால் நான் எழுதுவதை நிறுத்தியதாகத் தெரிந்தால் அவன் உண்மையில் நிறைய வருத்தப்படுவான். மகனோ அம்மா நான் இறந்துவிட்டேன். தயவு செய்து நீங்கள் தொடர்கிறீர்களா என்கிறான் என்றார்.

அவர் அதை 2012இல் முடித்து தனது மகன் ஸ்லேட்டுக்கு அர்ப்பணித்தார். இது 1950களில் பிரிக்கப் பட்ட அமெரிக்காவில் வாழ்ந்த ஒரு கொரியப் போர் வீரரின் கதையாகும். அவனது சகோதரி ஒரு வெள்ளை மருத்துவரின் கைகளில் மாட்டிக்கொள்கிறாள். மிருகத்தனமான அந்த வெள்ளையனின் மருத்துவ பரிசோதனைகளிலிருந்து தங்கையைக் காப்பாற்ற முயற்சிக்கிறார். டோனி மொரிசன் இனவாதத்தைத் தொடாத கதையே இல்லை எனலாம்.

ஓபர்லின் கல்லூரி 2012இல் டோனி மொரிசன் சொசைட்டியின் சொந்தத் தளமாக மாறியது. இது 1993இல் நிறுவப்பட்ட ஒரு சர்வதேச

இலக்கிய சங்கமாகும். இது டோனி மொரிசனின் படைப்புகள் பற்றிய அறிவார்ந்த ஆராய்ச்சிக்காக அர்ப்பணிக்கப்பட்டது.

எடிட்டர், எழுத்தாளர், ஆசிரியர், கல்வியாளர் என்று பன்முகத்திறனாளரராக இருந்தவர் டோனி மொரிசன். ஆகஸ்ட் 5, 2019-இல் நிமோனியாவால் இறந்தார். அப்போது அவருக்கு வயது 88.

1996-ஆம் ஆண்டு தேசிய மனித நேய அறக்கட்டளையானது மனித நேயத்தில் சாதனை படைத்த டோனி மொரிசனை ஜெபர்சன் விரிவுரைக்குத் தேர்ந்தெடுத்தது. 2012 பராக் ஒபாமா அவருக்குப் பதக்கம் வழங்கினார். அவர் 2016 இல் அமெரிக்கப் புனைகதைகளில் சாதனை புரிந்ததற்காக *PEN/Saul Bellow* விருதைப் பெற்றார். டோனி மொரிசன் 2020 இல் தேசிய மகளிர் அரங்கில் புகழப்பட்டார்.

9. விஸ்லாவா சிம்போர்ஸ்கா

போலந்து கடந்த இரண்டு நூற்றாண்டுகளில் அதன் பெரும் எழுச்சியையும் பெரும் சோகத்தையும் பார்த்துவிட்டது.. *1700* களின் பிற்பகுதியில் மூன்று சக்திவாய்ந்த அண்டை மாநிலங்கள் தங்கள் நிலத்தைப் பிரித்துக் கொண்டன. முதலாம் உலகப் போரின் முடிவில் தான் அது, அதன் பழைய நிலைக்குத் திரும்பியது. ஒரே தேசமானது.

போலந்துக் கவிஞர்கள் இதைத் தங்கள் நாட்டின் மறுபிறப்பாகக் கொண்டாடினர். இந்த மகிழ்ச்சி அதிக ஆண்டுகள் நிலைக்கவில்லை. உடனே இரண்டாம் உலகப் போர் மூண்டது.,. போலந்து நாஜிக்களால் ஆக்கிரமிக்கப்பட்டது. பின்னர் சோவியத்தால் விடுவிக்கப்பட்டு, சோவியத் கட்டுப்பாட்டின் கீழ் வந்தது.

எத்தனை பேரழிவுகள் நடந்திருக்கின்றன. வரைபடத்தில் அப்படி ஒரு நாடே இல்லாவிட்டாலும் கவிஞர்கள் தங்கள் எழுத்தால் அந்நாட்டை

பிரதிநிதித்துவப்படுத்தினர். அவர்கள் தங்கள் தேசத்தையும் அதற்காக இறந்தவர்களையும் பற்றி எப்போதும் பேசிக்கொண்டிருந்தார்கள். கவிதைகளின் மூலம்தான் போலந்து தனது மறுமலர்ச்சியை நிரூபித்துக்கொண்டன.

20ஆம் நூற்றாண்டின் மறுமலர்ச்சியில் விஸ்லாவா சிம்போர்ஸ்கா தலைசிறந்த பெண் கவிஞராகக் கருதப்படுகிறார். இரண்டாம் உலகப் போரில் ஜெர்மானிய ஆக்கிரமிப்பின் போது போலந்தின் பதுங்குக்குழியில் தங்கினார். அங்கேயே ரகசியக் கல்வி கற்ற தலைமுறையைச் சேர்ந்தவர் சிம்போர்ஸ்கா. அப்போரில் ஐந்தில் ஒரு பகுதி மக்கள் தொகையையும் முக்கிய கவிஞர்களையும் இழந்தது போலந்து.

பின்னர் சோவியத் படைகளை விடுவித்து ஒரு கம்யூனிச நாடாக மாறியது போலந்து. அறிஞர்களின் எழுத்துக்கள் சோசலிச சமுதாயத்தைக் கட்டியெழுப்பியன. நாஜியால் இறந்தவர்களுக்காகப் பேசினார்கள்.சிம்போர்ஸ்கா தன் பாதையைத் தேர்ந்தெடுத்துக்கொண்டார். இவர், ஜூலை 2, 1923 இல் போலந்தின் ப்ரோவென்ட்-பின்னில் பிறந்தார். அந்நாட்டின் மிகப்பெரிய நதியான விஸ்லாவின் பெயரால் இவருக்குப் பெயரிடப்பட்டது. அவரது குடும்பம் க்ராகோவுக்குக் குடிபெயர்ந்தபோது அவருக்கு வயது எட்டு. தன் வாழ்நாள் முழுவதும் அங்கே தான் வாழ்ந்தார்.

கவிதைக்காக செய்த முயற்சிகள் அனைத்தையும் அவரதுதந்தைஊக்குவித்தார்.ஒவ்வொருகவிதைக்கும் பணம் கொடுத்தார். ஒரு பெண் எழுதுவதற்கு சொந்த வீட்டில் ஆதரவுக்கரம் கிடைப்பதெல்லாம் அரிதினும்

அரிது. இது வரை கடந்து வந்த நோபல் பெண்களே அதற்கு சாட்சியாவார்கள். இவர் தனக்கான நூலினைப் பிடித்துக்கொண்டு மேலேறினார். போர்ச்சூழலில் பதுங்குக் குழிப் பள்ளியில் படித்தவர், ஜாகிலோனியன் பல்கலைக்கழகத்தில் பட்டம் பெற்றார்.

1943-இல் இரயில்வே ஊழியராகப் பணிபுரிந்தார். கட்டாயத் தொழிலாளியாக ஜெர்மனிக்கு நாடு கடத்தப்படுவதைத் தவிர்க்கவே இந்தப்பணியைச் செய்தார். இந்த நேரத்தில்தான் தன்னை ஒரு கலைஞராக வெளிப்படுத்தினார்.

அவரது முதல் கவிதை 'ஐ சீக் தி வேர்ட்' *1945*இல் போலந்துப் பத்திரிகையில் வந்தது. அதன் பிறகு அதே பத்திரிகையில் தொடர்ந்து பல கவிதைகள் வெளிவந்தன. அவற்றில் நாட்டின் இன்னல்களையும் நாஜியால் இறந்தவர்களையுமே மையப்படுத்தினார். அவரது தாய் நாடு அனுபவித்த வலி அவரை உறங்கவிட்டதில்லை.

கலையின் தாக்கம் அதிகரித்தது. பழைய வேலையை விட்டு விட்டு *1953* இல் ஒரு இலக்கிய இதழில் பணியில் சேர்ந்தார். தனது முப்பதாவது வயதிலிருந்து அறுபது வயது வரை முப்பது வருடங்கள் ஒரே பத்திரிகையில் பணிபுரிந்தார். தனது ஆங்கில அறிவால் மொழிபெயர்ப்பாளரானார். கட்டுரையாளராகவும் புத்தக மதிப்புரையாளராகவும் பன்முகம் பதித்தார்.

அவரது முதல் புத்தகம் *1949* இல் வெளியிடப்பட்டது. ஆனால் அது சோசலிசத் தேவைகளைப்பூர்த்தி செய்யவில்லை எனத் தணிக்கையில் மறுக்கப்பட்டது. போருக்குப் பிந்தைய போலந்தில் மற்ற அறிஞர்களைப் போலவே சிம்போர்ஸ்காவும்

கம்யூனிச சித்தாந்தத்திற்கு விசுவாசமாக இருந்தார். அரசியல் மனுக்களில் கையெழுத்திட்டார். ஸ்டாலினையும், லெனினையும், சோசலிச சித்தாந்தங்களையும் புகழ்ந்தார்.

ஸ்டாலினிசத் தொழில்துறையை நிர்மாணிப்பது பற்றிய கவிதைகள் அடங்கியது தான் அவரது முதல் தொகுப்பு. அதைத்தான் அனுமதிக்கவில்லை. நாடு முழுவதும் மாணவர்களைத் திரட்டி, கம்யூனிஸ ஆதரவுடன், சுயாதீனமான அறிஞர்களுக்கு எதிராகப் போராட்டம் நடந்தது. அதை எதிர்த்து, கருத்துச் சுதந்திரத்தைக் கோரி படிப்படியாக சோசலிச சித்தாந்தத்திலிருந்து விலகினார். அரசியல் பணிகளைத் துறந்தார். 1966-இல் அதிகாரப்பூர்வமாகக் கட்சியை விட்டு வெளியேறினார்.

1954இல் விவாகரத்துப் பெற்ற கவிஞர் ஆடம் வோடெக்கை திருமணம் செய்துகொண்டார். ஆடம் வோடெக் வார இதழின் செயலாளராக இருந்தார். விளக்கப்பட ஆசிரியராகவும் பணியாற்றினார்.

கட்டாயமற்ற வாசிப்பு என்ற தலைப்பில் தனது சொந்தப் புத்தகங்களுக்காக விமர்சனப் போட்டி நடத்தினார். இந்த காலகட்டத்தின் பல கட்டுரை களைப் பின்னர் புத்தக வடிவில் கொண்டுவந்தார்.

1981 முதல் 1983 வரை அடுத்த மூன்றாண்டுகள் ஒரு மாத இதழின் ஆசிரியராக இருந்தார். 1980 களில் அவர் தனது எதிர்ப்பு நடவடிக்கைகளைத் தீவிரப்படுத்தினார். அப்போது போலந்து இராணுவச் சட்டத்தின் கீழ் இருந்தது. போலந்து நாடு, நாடுகடத்தப்பட்டதாக இதழில் எழுதினார்.

அவரது படைப்புகள் நிழல் உலகப் பத்திரிகையில் ஸ்டான்சிகோவ்னா என்ற புனைப்பெயரில்

வெளிவந்தன. இந்தப் பெயர் போலந்து வரலாற்றில் மிகவும் பிரபலமானது. இப்படியான நற்பெயரைத் தான் மறையுலக புனைப்பெயராகக் கொண்டு எழுதினார்.

ஒரு கவிதைத் தொகுப்பில் சோசலிச யதார்த்தவாதத்துடன் உறவை முறித்துக் கொண்டார். ஐந்து முதல் ஏழு ஆண்டுகளுக்கு ஒருமுறை ஒரு கவிதைப் புத்தகத்தை வெளியிட்டார். மிகவும் குறைவான கவிதைகளையே எழுதினார். ஆனால் தமது கலையுலக சமகாலத்தவர்களார்களால் பெரிதும் கொண்டாடப்பட்டார். அவருடைய பெரும்பாலான கவிதைகள் போரையும் தீவிரவாதத்தையுமே மையக் கருத்தாகக் கொண்டிருந்தன. அவருடைய புத்தகங்கள், பிரபலமான உரைநடை எழுத்தாளர்களின் புத்தகங்களை விட அதிகம் விற்பனை ஆகின. அவர் ஒரு கவிதையில் ஆயிரம் பேரில் இருவருக்கு மட்டுமே கலைகளின் மீது ஆர்வம் இருக்கும் என்றார்.

சிம்போர்ஸ்கா 1996-ஆம் ஆண்டுக்கான இலக்கிய நோபல் பரிசை வென்றார். வரலாறு மற்றும் உயிரியல் சூழலை மனித யதார்த்தத்தின் பகுதிகளாக, வெளிச்சத்துக்குக் கொண்டு வரும் வகையில் முரண்பாடான துல்லியத்துடன் கவிதைகளை எழுதியமைக்காக நோபல் கொடுக்கப்பட்டது.

நோபலுக்குப் பிறகு உலக அளவில் அறியப்பட்ட எழுத்தாளரானார். இவரது கவிதைகள் ஐரோப்பிய மொழிகளில் மட்டுமல்லாது, அரபி, ஹீப்ரு, ஜப்பானியம், சீனம், ரஷ்யா, உள்ளிட்ட பல மொழிகளிலும் மொழி பெயர்க்கப்பட்டது..

உணர்ச்சிகளை மட்டுமே விவரிக்கும் கவிதைகளை அவர் விரும்பவில்லை. சுருக்கமாக, கடுமையான

முரண்பாடுகளை விவரித்தார். பெரும்பாலான கவிதைகளில் அங்கதமாக ஆழமான தத்துவக் கேள்விகளாகக் கையாண்டிருப்பார்.

இரண்டு குரங்குகள் மனிதகுலத்தின் வரலாற்றைப் பற்றிப் புத்திசாலித்தனமாகப் பேசும். குறிப்பாக முரண்பாடான விளக்கங்களையும் உண்மை போலப் பாசாங்கு செய்துச் சொல்வதாக எழுதியிருப்பார்.

அவரது கவிதைகளில் விலங்குகள் அடிக்கடி வரும் முக்கிய கருப்பொருளாக இருந்திருக்கின்றன. விலங்குகளைத் தவறாகப் பயன்படுத்தக் கூடாது. ஒரு வண்டு இறந்தாலும் மரியாதை செலுத்த வேண்டும் எனச் சொல்லும் போலந்து வள்ளலார் இவர்.

சில படைப்புகளில் நினைவு மற்றும் கனவுகளை அடிப்படையில் ஒரே மாதிரியாகக் காட்டுகிறார். ஏனெனில் இரண்டும் கடந்த காலத்தைப் பேசுபவை இழந்ததை மீண்டும் பெறுவதற்கான முயற்சிகளாக எழுதியிருப்பார்.

தனது கவிதை தயாரிப்பிற்கு அறிவியல் புத்தகங்கள் முதல் பயணக்கட்டுரைகள் வரை பலதரப்பட்டதை யும் வாசிப்பார். அவருடைய ஒவ்வொரு கவிதையும் தனித்துவமானது. எழுதும் மற்றவற்றிலிருந்து வித்தியாசமாக உருவாக்குவதே அவர் குறிக்கோள். அவற்றை வடிவமைக்க அவர் அதிக நேரத்தை செலவிடுவார். வாழ்நாள் முழுவதும் ஒரே கவிதையை மீண்டும் மீண்டும் எழுதிப்பார்த்திருக்கிறார். ஒவ்வொரு முறையும் முந்தைய முயற்சியை மேம்படுத்தவே முயற்சிப்பார்.

மிகவும் தீவிரமான விஷயங்களையும் நகைச்சுவை யால் சமன் செய்து கேலி தொனியில் முடித்துவிடுவார்.

அவரது கவிதை பொதுவாக புத்திசாலித்தனமாகவும் நகையுணர்வைத் தூண்டுவதாகவும் இருக்கின்றன என்று சொல்லிவிடலாம்.

ஒரு கவிஞர் கவிதை எழுத உட்கார்ந்தால் சோபா முழுவதும் எதையாவது விரித்து வைத்துவிடுவான். அறையைச் சுற்றிச் சுற்றிப் பார்ப்பான். அடுத்து சுவரையே முறைப்பான். அதற்கடுத்து கூரையைப் பார்ப்பான். சிறிது நேரம் கழித்து சில வரிகளை எழுதுவான். இப்படிப்பட்ட செயலை யாரால் பக்கத்தில் நின்று பார்க்க முடியும்? இப்படித்தான் தன் கவிதையைப் போலவே நகைச்சுவை பொங்கத் தனது நோபல் ஏற்புரையையும் வழங்கினார்.

சிம்போர்ஸ்கா நோபல் பரிசின் பெரும்பகுதியைத் திருப்பித் தர முடிவுசெய்தார். மில்லியனுக்கும் அதிகமான தொகையை போலந்தின் தொண்டு நிறுவனங்களுக்கு வழங்கப்போவதாக அறிவித்தார்.

யாராவது என் வேலையை 'பெண்களின் வேலை' என்று வகைப்படுத்தினால் அதற்காக நான் வருத்தப்பட மாட்டேன் என்றார்.

மக்கள் மனச்சோர்வடைந்திருந்தாலும், துன்பத்திலிருந்தாலும் கவிதை உலகம் தான் அவர்களை வியக்க வைக்கிறது. எனவே கவிஞர்களுக்கு எப்போதும் வேலை இருக்கிறது. உலகத்தின் அனைத்து ரகசியங்களையும் ஆவலுடன் விளக்குவது கவிதை என்றார்.

கவிதைகள் பெரும்பாலும் இருத்தலியல் புதிர்களை உருவாக்குகின்றன. நெறிமுறை யின் சிக்கல்களைத் தொடுகின்றன. தனிநபர்களாகவும் சமூகத்தின் உறுப்பினர்களாகவும் மக்களின் நிலையைப்

பிரதிபலிக்கின்றன. சிம்போர்ஸ்காவின் பாணி மிகவும் சுருக்கமானது.

பிப்ரவரி 1, 2012 –இல் கிராகோவில் இயற்கை எய்தினார். அவரது மரணத்தால் அவரது இறுதிக் கவிதைத்தொகுப்பை அவர் விரும்பிய விதத்தில் வெளியிட முடியவில்லை. மரணத்திற்கு பிறகே வெளியிடப்பட்டது. 2013 லிருந்து அவரை கௌரவிக்கும் வகையில் அவர் பெயரில் விருது ஒன்று நிறுவப்பட்டு வழங்கப்பட்டுவருகிறது.

"பீப்பிள் ஆன் தி பிரிட்ஜ்" என்ற கவிதை திரைப்படமாக எடுக்கப்பட்டது. புது தில்லி திரைப்பட விழா உட்பட உலகம் முழுவதும் திரையிடப்பட்டது.

10. எல்ஃப்ரிடி ஜெலினக்

ஜெலினக் இன்று உலகின் சர்ச்சைக்குரிய எழுத்தாளர்களில் ஒருவர். நோபல் பரிசு பெற்ற இவரின் பிரபலமான நாவல் தி பியானோ டீச்சர்.

ஒரு அடக்குமுறை சமூகத்திற்கும் தன்னுடைய இருண்ட ஆசைகளுக்கும் இடையில் பிணைக்கப்பட்ட ஒரு பெண்ணின் கதை. எரிகா மதிப்புமிக்க ஒரு பியானோ ஆசிரியர். இவர் தன் தாயுடன் வாழ்கிறார். முப்பத்தெட்டு வயதான எரிகாவிற்கு அவரது வாழ்க்கை சலிப்பாகத் தோன்றுகிறது. நேரடி பாலியல் நிகழ்ச்சிகள் மற்றும் படங்களைப் பார்ப்பதற்காக இரவில் துருக்கிய பீப் ஷோக்களுக்கு ரகசியமாகச் செல்கிறார். இதற்கிடையில் பொறியியல் மாணவனான வால்டர் க்ளெம்மர், எரிகாவிடம் மயங்குகிறான். அவளைக் கவர்ந்திழுக்கப் புறப்பட்டான். அவள் முதலில் மறுக்கிறாள். பின்னர் பியானோ ஆசிரியரின் ஆழ்மன உணர்வுகள் தூண்டப்பட்டுவிடுகின்றன. வக்கிரமும் வன்முறையுமாய் காமம் வெடிக்கின்றது.

அவரது எழுத்துக்கள் அவற்றின்தீவிரம் மற்றும் வெளிப்படைத்தன்மைக்காக ஐரோப்பா முழுவதும் கொண்டாடப்பட்டன. தி பியானோ டீச்சர் அமெரிக்காவில் திரைப்படமாக வெளியிடப்பட்டு அதுவும் பரிசு பெற்றது.

*2004*ஆம் ஆண்டு இலக்கியத்திற்காக நோபல் பரிசு பெற்ற பத்தாவது பெண்மணி ஆவார் ஜெலினக். இவர் அசாதாரணமான மொழியில் சமூகத்தின் காம அபத்தத்தை எழுதினார். காமம் அடிபணியச்செய்யும் சக்தியை எப்படி வெளிப்படுத்துகிறது என்று எழுதினார். தன் நாவல்கள் மற்றும் நாடகங்களின் நேர்க்குரல் மற்றும் எதிர்க்குரல்களின் இசை மொழியின்கதையோட்டத்தால் அடிபணியச்செய்யும் தன்மைகளை வெளிப்படுத்தினார். இந்தக் காரணங்களுக்காக இவருக்கு நோபல் பரிசு கொடுக்கப்பட்டது.

ஸ்டாக்ஹோமுக்கு வந்து நோபல் பரிசை இவரால் நேரில் பெற இயலவில்லை. அதற்காக விமர்சிக்கப்பட்டார். ஆனால் அதற்குப் பதிலாக தான் பேசிய காணொளியை விழாவிற்கு அனுப்பினார். அகோராபோபியா என்ற பதட்டத்தினாலும் சமூக பயத்தாலும் தான் பாதிக்கப்பட்டதாக ஒப்புக்கொண்டார். அவர் இல்லாததற்கு அவரது காணொளிச் செய்தி மன்னிப்புக் கோரியது. நானும் ஸ்டாக்ஹோமில் இருக்க விரும்புகிறேன். ஆனால் என்னால் என் மொழியைப் போல வேகமாகவும் தூரமாகவும் செல்ல முடியவில்லை என்று வருந்தினார்.

*1946*இல் ஆஸ்திரியாவின் முர்சூஸ்லாகில் பிறந்தார். வியன்னாவில் வளர்ந்தார். ரோமன் கத்தோலிக்க

கான்வென்ட்டில் படித்தார். அதிகப்படியான கட்டுப்பாட்டால் கல்வியில் கவனம் செலுத்த முடியாமல் அவதிப்பட்டார். அப்போதுதான் அவரது தாயார் அவரை இசைப்பள்ளியில் சேர்த்தார். பியானோ மற்றும் இசைக்கருவிகளை வாசிக்கக் கற்றுக்கொண்டார். இந்த இசை அனுபவம் தான் பின்னாளில் பியானோ டீச்சர் நாவலுக்கு வித்திட்டது.

இசைப் படிப்பை முடித்ததும் பல்கலைக்கழகத்தில் கலை மற்றும் நாடகம் பயின்றார். அதற்குள் அவர் எழுதுவதில் ஆர்வத்தை வளர்த்துக் கொண்டார். எழுத்தே அவரது கலை வெளிப்பாட்டின் முக்கிய வடிவமாக மாறியது.

21 வயதில் தனது முதல் கவிதைத் தொகுப்பை வெளியிட்டார். நீங்கள் ஏதாவது சொல்ல விரும்பினால் அதை உங்கள் மொழியே சொல்ல அனுமதியுங்கள். ஏனெனில் மொழி, ஒருவர் தெரிவிக்க விரும்பும் உள்ளடக்கத்தை விட, அதை அர்த்தமுள்ளதாக மாற்றும் என்கிறார். ஏனெனில் அவரது எழுத்துகள் அப்படியான பிரகாசமான வடிவத்தால் எழுதப்பட்டவை.

அவர் 1974 இல் திருமணம் செய்து கொண்டார். இவரது படைப்புலகம் நாடகமும் உரைநடையுமாக மாறியது. பியானோ டீச்சருக்கு அடுத்துப் பிரபலமான இவருடைய நாவல் *Lust* (காமம்)

ஒரு காகித ஆலையின் மேலாளர் ஹெர்மன். சொகுசான ஸ்கை ரிசார்ட்டில் இருந்துகொண்டு பாலியல் திருப்தி வீட்டிலிருந்தே தொடங்குகிறது என்று முடிவு செய்கிறார். அதாவது கெர்டி என்ற அவரது மனைவி தான் திருப்தி என நினைக்கிறார். தன்னைப் பற்றி மனைவி எப்படி உணர்கிறாள் என்று ஒருநாளும் அவளிடம் கேட்டதில்லை. தன்

தேவைக்காகப் பாலியல் ரீதியாக தினமும் அவளை வன்முறைக்கு உட்படுத்துகிறார். தனது கணவரின் இந்தத் தொடர்த் துன்புறுத்தலால் அடிபட்ட கெர்டி ஒருநாள் தன்னை மீட்டுக்கொள்ள நினைக்கிறார். மீட்பனாக தனது மாணவன் மைக்கேலைக் கண்டடைகிறாள். அவனிடம் அன்பைக் காண்கிறாள். ஆனால் கெர்டியை விட இளம் பெண்களை வசியப் படுத்துவதில் ஆர்வம் கொண்டிருக்கும் மைக்கேல், கெர்டியைப் பொதுவெளியில் அவமதிக்கிறான்.

பாலியல். ஆக்கிரமிப்பு, மற்றும் அது சார்ந்த வன்முறையைப்பற்றிய வரைபட விளக்கங்களை இந்நாவலில் கொடுத்துள்ளார். உடற்சக்தியும் ஆக்கிரமிப்புமே பாலியல் ரீதியான உறவுகளின் முக்கிய உந்துதலாகிறது என்று இந்த நாவல் சொல்கிறது. இது பல விமர்சகர்களால் மோசமாக விமர்சிக்கப்பட்டது. சிலர் மட்டும் ஆபாசம் இதில் சற்று அதிகமாக இருப்பதாகக் கருதினர். ஆனால் பலரால் தவறாகப் புரிந்து கொள்ளப்பட்டதால் குறைவாகவே மதிப்பிடப்பட்டது.

தி பியானோ டீச்சர், லஸ்ட் ஆகிய இரண்டும் பிரபலமான நாவல்கள். இதில் இருக்கும் நையாண்டித் தனத்தின் கூர்மை, சோதனை முறையிலான தூண்டுதல், சமரசமற்ற வெளிப்படைத்தன்மை ஆகியவற்றால்உயர்வாகவகைப்படுத்தப்படுகின்றன. பாலியல் ரீதியான வக்கிரங்கள், அத்துமீறல்கள் மற்றும் அவற்றுக்கு அநாவசியமாகக் கீழ்ப்படிதல் போன்றவற்றின் மறைக்கப்பட்ட கட்டமைப்புகளை வெளிப்படுத்தினார். தனது எழுத்தின் மூலம் நவீன பாலியல் நுகர்வோர் சமூகத்தின் கடுமையான விமர்சகராக அறியப்பட்டார்.. ஒரு மருத்துவர் நோயாளியின் மார்பில் தட்டி உயிர் கொடுப்பதைப்

போல் மொழியைத் தட்டி மறைக்கப்பட்ட சித்தாந்தங்களை வெளிக்கொணர்ந்தார். .

ஒரு சர்ச்சைக்குரிய பெண்ணியவாதியாக பாலின ஒடுக்குமுறை மற்றும் பெண் பாலியல் பற்றியே அடிக்கடி எழுதினார். மனிதாபிமானமற்ற ஆணாதிக்க சமூகத்திற்குள் பெண்கள் துருப்பாகவும் பலியாகவும் பயன்படுத்தப்படுவதை விவரித்தார். பாலியல் சக்திக்கும் சமூக அமைப்புக்கும் இடையிலான உறவையே எழுதினார்.

அதன் பிறகு அவரது படைப்புகளை மாற்றி எழுதத்தொடங்கினார். பெண்கள் பிரச்சினைகளை ஓரளவு கைவிட்டார். சமூக விமர்சனத்தில் தனது ஆற்றலைக் குவிக்க நினைத்தார். குறிப்பாக நாஜியிடமிருந்து சுதந்திரமடைவதற்கு ஆஸ்திரியா பட்ட சிரமங்களை எழுதினார்.

1950களின் பிற்பகுதி. வியன்னாவின் ஒரு பூங்காவில் ஒருவன் நடந்து செல்கிறான். அவனை நான்கு வாலிபர்கள் அடிக்கிறார்கள். அச்செயல் அவனிடம் இருக்கும் பணத்திற்காக அல்ல. அவனிடம் குறைவானத் தொகை தான் இருந்தது. அந்த இளைஞர்கள் ஏன் அப்படி செய்தார்கள்? திமிர்பிடித்தவர்களாகத் தங்களைப் பற்றிக் காட்டிக்கொண்டு மகிழ்ச்சியடைவதற்காகத்தான். அவர்களின் ஆணவத்துடன் பேசுவது என்பது ஆஸ்திரியாவின் சடலங்களில் வாழும் புழுக்களோடு எதிர்வினையாற்றுவதற்குச் சமம். அங்கு அனைவருக்கும் நாஜியின் வரலாறு தெரியும். அவர்களின் பாலியல் வக்கிரங்கள் தெரியும். வெளிநாட்டவர் மீதான வெறுப்பை மறைக்கிறார்கள். ஜெலினக் அசிங்கமான அனைத்தையும் ஒரு தேவதை

போல் அழகாக எழுதுகிறார். நிகழ்காலத்தின் செயல்கள் கடந்த காலத்தின் எண்ணங்களால் எவ்வாறு தீர்மானிக்கப்படுகின்றன என்பதைத்தான் ஒண்டர்ஃபுல் ஒண்டர்ஃபுல் டைம்ஸ் என்ற நாவலில் காட்டுகிறார் .

இன்னொருசமூகப்படைப்புத்ரிப்ளேயர்ஸ்ஆஸ்திரிய/ ஹங்கேரிய எல்லை நகரமான ரெச்னிட்ஸில் 180 யூதர்கள் படுகொலை செய்யப்பட்டனர். இது ஒரு உண்மையான வரலாற்று நிகழ்வு. இதை அந்நாவலில் பதிவு செய்கிறார் ஜெலினக். இது பண்டைய காலங்களிலிருந்து இன்றுவரை அகதிகளின் அவலநிலை பற்றிய சக்திவாய்ந்த பகுப்பாய்வு. மரணம், அழிவு, அரசியல் அடக்குமுறைகள் காரணமாகத் தங்கள் சொந்த நாட்டிலிருந்து தப்பியோடுபவர்களிடையே ஏற்படும் அளவிட முடியாத துயரங்கள் இதிலுள்ளன அகதிகள் என்ன விரும்புகிறார்கள், ஒரு சமூகமாக நாம் அவர்களை எப்படிப் பார்க்கிறோம் என்று எழுதியுள்ளார். சிறு முதலீட்டாளர்களை அந்நியப்படுத்திய பொருளாதார நெருக்கடியின் சுமைகளையும் நகைச்சுவையாகக் கொண்டுவருகிறார்.

அவர் 1974 முதல் 1991 வரை கம்யூனிஸ்ட் கட்சியின் உறுப்பினராக இருந்தார். வலதுசாரி சுதந்திரக் கட்சிக்கு எதிராகக் குரல் கொடுத்தார். 1999-இல் சுதந்திர கட்சியை உள்ளடக்கிய கூட்டணி அமைச்சரவைக்கும் குரல் கொடுத்தார். சுதந்திரக் கட்சியில் கூறப்படும் தேசியவாதத்தையும் சர்வாதிகாரத்தையும் மேற்கோள் காட்டினார். பல ஐரோப்பிய மற்றும் வெளிநாட்டு நிர்வாகங்கள் ஆஸ்திரியாவை ஒதுக்கிவைத்ததை வெளிப்படையாகப் பேசினார். அதனால் பொருளாதாரத் தடைகளை உடைத்தார்.

சில அறிஞர்களின் படைப்புகளை அவர் மொழிபெயர்த்துள்ளார். போருக்குப் பிந்தைய ஆஸ்திரியாவின் முதல் தலைமுறை கலைஞர்களின் முன்னணி எழுத்தாளராகத் தன்னை நிலைநிறுத்திக் கொண்டார்.

இரண்டாம் உலகப்போர் காலத்தில் ஆறு மில்லியன் ஐரோப்பிய யூதர்கள் ஜெர்மனியால் திட்டமிட்டு படுகொலை செய்யப்பட்டனர். இந்நிகழ்வை குறிப்பது தான் ஹோலோகாஸ்ட். அந்த யூதப் படுகொலையில் ஜெலினக் தனது குடும்பத்தின் மொத்த உறவையும் இழந்தார். இதில் பாதிக்கப்பட்டத் தன் மரபு வழிக்காகப் போராடினார்.

பிரபலமான நாவல்களை எழுதியிருந்தாலும் தன்னை முதன்மையான நாடக ஆசிரியராகவே கருதினார். டொனால்ட் டிரம்ப் மீதும் நையாண்டி நாடகங்கள் எழுதினார். அவை ஆன் தி ராயல் ரோட் மற்றும் தி பர்கர் கிங். இவற்றை ஆகஸ்ட் 2020 இல் சீகல் புக்ஸ் வெளியிட்டது.

மேலும் ஒரு நாடகம் மொழிபெயர்ப்பில் வெளி வரவுள்ளது. ஜெலினக்கின் மொத்த படைப்புகளும் முப்பதிற்கும் மேற்பட்ட மொழிகளில் மொழிபெயர்க்கப்பட்டுள்ளன.

11. டாரிஸ் லெஸ்ஸிங்

ஒரு கப்பல் பயணத்தில் தந்தை நோய்வாய்ப் பட்டிருக்கிறார். தாய் கேப்டனுடன் மகிழ்ச்சியாக இருக்கிறாள். ஒன்றும் சொல்ல முடியாமல் அந்தப் பெண் குழந்தை தவிக்கிறது. தன் தாய் மாலையில் உடுத்த வேண்டிய உடையைக் கத்தரித்துப் பழிதீர்த்துக்கொள்கிறது. தன் தாயால் சரியாகக் கவனிக்கப்படாததால் புரியாத வயதில் தன் சகோதரனுடன் சேர்ந்து பாலின உறுப்புகளை ஆராய்ச்சி செய்ததாகக் கூறியுள்ளார். பதினான்கு வயதில் வீட்டை விட்டு வெளியேறியிருக்கிறார்.

அவர் வளர்ந்து தன் பெற்றோரின் வாழ்க்கையை "ஆல்ஃபிரட் அண்டு எமிலி" நாவலாக எழுதினார். இது புனைவு பாதி அபுனைவை பாதியாக இணைத்து எழுதிய நாவல். பெற்றோர் திருமணம் செய்து கொள்ளாமல் இருந்திருந்தால் என்ன நடந்திருக்கும் என்பதைப் புனைவாக எழுதியிருப்பார். இரண்டாம் பாகத்தில் தான் யதார்த்தத்திற்குத் திரும்புகிறார். ஆல்ஃபிரட் போரின் அகழிகளில் ஒரு காலை

இழந்தார். ராயல் ஃப்ரீ மருத்துவமனையில் எமிலியை செவிலியராகச் சந்திக்கிறார். பின்னர் பெர்சியா மற்றும் ரொடீசியாவுக்கு அழைத்துச் செல்கிறார். எமிலி வேறு ஒரு காதலனுடன் இணைந்திருந்தால் மகிழ்ச்சியாக இருந்திருப்பாளா? தன் தாயாருக்கு நிறைவு கிடைத்திருந்தால் மகள் இவ்வளவு ஆற்றலுடன் எழுத்துத் தொழிலைத் தொடர்ந்திருப்பாளா? இது கதாபாத்திர எமிலி அல்ல சொந்தத்தாயின் கதை. எத்தனை பெண்கள் இப்படி தங்கள் சொந்த வாழ்க்கையை, அதிலும் குறிப்பாகத் தாயை வைத்து எழுதியிருப்பார்கள். பால்யத்தின் வலியையும் நினைவுகளையும் சற்றும் குறைக்காமல் இந்நாவலில் இறக்கி வைத்திருக்கிறார் டாரிஸ் லெஸ்ஸிங்.

இவர் ஒரு பிரிட்டிஷ்-ஜிம்பாப்வே நாவலாசிரியர். அக்டோபர் 22, 1919, பெர்சியாவின் (இப்போது ஈரான்) கெர்மன்ஷாவில் பிறந்தார். இவரது பெற்றோர் பிரித்தானியர்கள். தந்தை ஒரு வங்கி எழுத்தர். தாயார் ஒரு செவிலியர். முதல் உலகப்போரில் காயமடைந்த தந்தை மருத்துவமனையில் இருந்தார். அப்போது கவனித்துக்கொண்ட செவிலியரோடு காதல் வயப்பட்டு திருமணம் செய்துகொண்டார். பணி நிமித்தமாக பெர்சியாவிற்கு வந்தார்கள். இங்கு தான் அவர் பிறக்கிறார்.

குதிரையில் வங்கிப் பணிக்குச் செல்வார் தந்தை. அப்போது மகளை வீதி முனை வரை குதிரைச் சவாரி செய்யவைத்து அழைத்து வந்து விடுவார். அவர் உள்ளத்தில் பதிந்த ஆழமான இளமைகால நல்நினைவு இது ஒன்றுதான்.

பின்னர் ஆயிரம் ஏக்கர் நிலம் வாங்கி அந்தத் தோட்டத்தைப் பராமரிப்பதற்காக 1925 இல் தெற்கு

ரொடீசியாவிற்குக் குடிபெயர்ந்தனர். அதுவும் பெரிதாக வருமானம் தரவில்லை.

டாரிஸ் லெஸ்ஸிங் முதலில் ஒரு கான்வென்ட் பள்ளியிலும் பின்னர் பெண்கள் பள்ளியிலும் பயின்றார். பதினான்கு வயதில் தனது படிப்பை முடித்துவிட்டு வீட்டை விட்டு வெளியேறினார்.

செவிலியர், டெலிபோனிஸ்ட், ஸ்டெனோகிராஃபர் மற்றும் பத்திரிகையாளராகவும் பணியாற்றினார். சில சிறுகதைகளை வெளியிட்டார். இப்படியான காலங்களில் காதல், திருமணம், குழந்தைகள் விவாகரத்து என எல்லாவற்றையும் முடித்துக் கொண்டார். 1949 இல் லண்டனுக்குக் குடிபெயர்ந்தார். அப்போதுதான் எழுத்தாளரானார். அரசியல் மற்றும் சமூகப் பிரச்சினைகளில் ஈடுபட்டார். அணு ஆயுதங்களுக்கு எதிரான பிரச்சாரத்தில் தீவிரமாகப் பங்கேற்றார். லெஸ்ஸிங்கை திருமணம் செய்து கொண்டு மூன்றாவது குழந்தைக்குத் தாயானார்.

அவரது நாவல்களில் சிறந்த ஐந்து தி கிராஸ் இஸ் சிங்கிங் (1950), சில்ட்ரன் ஆஃப் வயலன்ஸ் (1952-1969), தி கோல்டன் நோட்புக் (1962), தி குட் டெரரிஸ்ட் (1985) ஆல்ஃபிரட் அண்ட் எமிலி. இந்த ஐந்து நாவல்களின் தொகுப்பும் ஆர்கோஸில் கனோபஸ் என அழைக்கப்படுகிறது.

20ஆம் நூற்றாண்டின் வாழ்க்கை முறைகள் மற்றும் வரலாற்று வளர்ச்சிகள் ஆகியவற்றால் அவரது எழுத்துகள் வகைப்படுத்தப்படுகின்றன. 1962 இல் வெளிவந்த அவரது சிறந்த நாவல் தி கோல்டன் நோட்புக்.

போருக்குப் பிறகு பிரித்தானியப் பெண்களின் சீரழிந்த வாழ்க்கை பற்றியத் தலைசிறந்த படைப்பாகப்

போற்றப்படுகிறது. ஒரு எழுத்தாளரான அன்னா வுல்ஃப், அவரது தோழி மோலி மற்றும் இன்னொரு மூன்றாவது நபர். இவர்களால் வடிவமைக்கப்பட்ட கதையில்நான்காவதாகஅன்னாவின்குறிப்பேடுகளும் இணைந்துகொள்கின்றன. இது அவரது வாழ்க்கையின் வெவ்வேறு கோணங்களைப் பிரதிபலிக்கின்றன. ஆப்பிரிக்கா, கம்யூனிஸ்ட் கட்சி, ஒரு அழிந்த காதல் விவகாரம் மற்றும் அவரது பத்திரிகை - ஐந்தாவதாக தி கோல்டன் நோட்புக். அவை அனைத்தையும் ஒன்றாக இணைக்கிறது. ஸ்வீடிஷ் அகாடமி இதை "ஆண்-பெண் உறவின் தொலைநோக்குப் பார்வையைவிவரித்த 20-ஆம் நூற்றாண்டின் ஒரு சில புத்தகங்களில் ஒன்று" என்று அழைத்தது. புத்தகம் குறைவான வரவேற்பைப் பெற்றது. விமர்சகர்கள் நாவல் பெண்ணிய அம்சங்களில் மட்டுமே கவனம் செலுத்திஇருப்பதாகவும், நாவலின் நோக்கம் மற்றும் கட்டமைப்பில் தவறி விட்டதாகவும் விமர்சித்தனர். எனவே இந்நாவல் ஒரு "அல்பட்ராஸ்" (பறவை) ஆகிவிட்டது என்றும் புகார் கூறினர்.

ஆனால் பெண்களின் ஆன்மா அவர்களின் வாழ்க்கை நிலைமை, எழுத்தாளர்கள், பாலியல், அரசியல் கருத்துக்கள் மற்றும் அன்றாட வாழ்க்கை பற்றிய ஆய்வாக இப்புத்தகம் உள்ளது

டாரிஸ் ஸெல்லிங்கின் சில புத்தகங்கள் காலத்தை வென்றவை. 1949 ஆம் ஆண்டு வசந்த காலத்தில் ஆப்பிரிக்காவிலிருந்து லண்டனுக்கு வந்தார். தி கிராஸ் இஸ் சிங்கிங் அவரது பழைய வாழ்க்கையைப் பற்றி எழுதிய ஒரு நாவல். ஹராரேயில் (சிம்பாப்வே) அவரது அனுபவத்தையும் வாழ்க்கையையும் நேரடியாகப்பேசிய முதல்புத்தகம். தனதுகாலனித்துவ அனுபவத்தை இதில் எழுதியிருப்பார். கதையில்

மேரி டர்னரின் கணவர் நோய்வாய்ப்பட்டார். அதனால் அவர்களது பண்ணையின் நிர்வாகத்தை மேரி ஏற்றுக்கொள்கிறார். படிப்படியாக அவர் அங்கு வேலை செய்யும் கறுப்பின ஊழியர்களில் ஒருவரான மோசஸுடன் உறவை வளர்த்துக் கொள்கிறார். முதல் பக்கத்திலியே அந்த உறவு எந்தச் சோகத்தில் முடிவடையும் என்பதை வாசகருக்குத் தெரிவித்துவிடுவார்.

அவரது மிகச்சிறந்த ஐந்து-தொகுதி நாவல்களின் முதலாவதாக இருப்பது ஷிகஸ்தா. அமைதி, செழிப்பு மற்றும் விரைவான வளர்ச்சியுள்ள ஊர் மேம்பட்ட நாகரிகத்தின் செல்வாக்கிலிருந்து விலகும் கதை. ரோஹோண்டாவை பேராசை, போர் மற்றும் அழிவுக்கு மாறிய ஒரு உலகமாகப் பார்க்கிறார். அம்மக்களின் உணர்வுகளின் தாக்கம் குறைவாக இருப்பதைக் காண்கிறார்.

ஜேன் சோமர்ஸ் என்ற புனைப்பெயரில் இரண்டு சிறு நாவல்களை எழுதினார். பிறகு சொந்தப் பெயரில் வெளியிட எத்தனித்தபோது எழுதியது தான் தி குட் டெரரிஸ்ட். இதில் நல்ல எண்ணம் கொண்ட புரட்சியாளர் ஆலிஸ், லண்டனில் சக போராளிகள் குழுவுடன் வசிக்கிறார். அக்கறையும் உணர்ச்சியும் உள்ள சோர்வில்லாதவன் ஆலிஸ். முதலாளித்துவப் புரட்சியாளர்கள் பற்றிய அப்பாவித்தனமான கற்பனைகளில் ஊறியவன். ஒரு கொலையில் உண்மையைக் குழப்பமாக மாற்றுகிறார்கள். படிப்படியாக வன்முறையால் ஈர்க்கப்படுகிறான். ஒரு நல்லவன் எப்படித் தீவிரவாதியாக மாறுகிறான் என்பதை இந்தக் கதையின் ஓட்டத்தில் எப்படிச் சொல்கிறார் என்பதே இந்த நாவலின் சிறப்பம்சம்.

அவர்ஒருநேர்காணலில்தன்நினைவுகளைஒருநதியின் வெள்ளத்தைப்போல் பெருக்கெடுக்கவிட்டார். பெர்சியாவிலிருந்து லண்டனுக்குப் புறப்பட்டபோது முதலில் ரஷ்யா வழியாக ரயில் பயணம் செய்திருக்கிறார்கள். அந்த ரயிலின் அழுக்கு, கிழிந்த இருக்கைகள், தான் வசிப்பிடமாயின. இப்போதும் நம்மூர் தொலைதூரப் பேருந்துகள் அப்படித்தான் இருக்கின்றன என்பதை விடுங்கள். ரயிலில் உணவு இல்லாமல் எத்தனை வாரங்கள் பயணம் செய்ய முடியும்? விவசாயப் பெண்களிடமிருந்து வேகவைத்த முட்டைகளை வாங்கிச் சாப்பிட்டிருக்கிறார்கள். அவ்வாறான நேரத்தில் அம்மா வாங்கி வருவதற்குள் ரயில் புறப்பட்டிருக்கிறது. மொழிதெரியாத நாட்டில் மீண்டும் வந்து இவர்கள் ரயிலில் சேர்ந்துகொள்வது என்பதெல்லாம் கனவிலும் நினைக்க முடியாதது. பசியோடு பீதியும் சேர்ந்துகொண்டால் எப்படி இருக்கும்? இன்னும் அந்த ரயில் நிலையத்தை மறக்கவே முடியவில்லை அவரால்.

பெர்சியாவின் வறண்ட சூரிய ஒளி, மலைகளின் பனி இதிலிருந்து மீள முடியாமல் இங்கிலாந்தை வெறுத்தார். ஒரு செத்துப் போன மீன் மீது ஒரு இறால் ஏறிக்கொண்டு கடலைத் தேடுவது போல் இருந்தது அவரது நிலைமை. ஆம் இறால் மீண்டும் கடலைக் காணவில்லையாம்.

1939 முதல் 1945 வரை அவர் வாழ்க்கையின் மோசமான ஆண்டுகள் என்றார். பணம் இருந்திருந்தால் 1938, 1939 களில் இங்கிலாந்துக்கு வந்திருப்பார். கடைசியில் போரினால் குரூரமாகப் பாதிக்கப்பட்ட இங்கிலாந்துக்குத்தான் அவரால் வரமுடிந்தது. அப்போதுதான் அவரது நிஜ வாழ்க்கை ஆரம்பமாகி

இருக்கிறது. அப்போதிருந்து தான் எழுதினார். அதுவே அவரது வாழ்க்கை ஆனது.

*2007*இல் டாரிஸ் ஸெல்லிங்கிற்கு இலக்கியத்திற்கான நோபல் பரிசு வழங்கப்பட்டது. பெண் அனுபவத்தின் காவியவாதி, தன்னுடையசந்தேகம், நெருப்பு மற்றும் தொலைநோக்கு சக்தியுடன் ஒரு பிளவுபட்ட நாகரீகத்தை ஆய்வுக்கு உட்படுத்தியுள்ளார் என்ற காரணத்திற்காக அது வழங்கப்பட்டது. அவர் தனது *88* வது வயதில் இப்பரிசைப் பெற்றார். இந்த இலக்கியப் பரிசின் முதிய வெற்றியாளர். நோபலின் எல்லாப் பிரிவுகளுக்கும் சேர்த்து மூன்றாவது வயதானவராகவும் அப்பரிசைப் பெற்றவரானார். இலக்கியத்திற்கான நோபல் பரிசு பெற்ற பதினோராவது பெண்மணி ஆவார்.இவர் *17* நவம்பர் *2013*ல் லண்டனில் இறந்தார்.

*2017*இல் இவரது நோபல் பதக்கம் ஏலத்திற்கு விடப்பட்டது. அதற்கு முன் இலக்கியத்திற்கான ஒரு நோபல் பதக்கம் மட்டுமே ஏலத்தில் விற்கப்பட்டிருக்கிறது.

12. ஹெர்தா முல்லர்

ரோமானியா, முதல் உலகப் போருக்குப் பிறகு ஆஸ்ட்ரோ-ஹங்கேரியப் பேரரசிலிருந்துப் பிரிந்தது. இரண்டாம் உலகப் போரின்போது ஜெர்மனுடன் கூட்டுச் சேர்ந்தது. பல ரோமானிய-ஜெர்மானியர்கள் நாஜிப்படையில் சேர்க்கப்பட்டனர். ஹெர்தா முல்லரின் தந்தையும் ஹிட்லரின் வாஃபென்-எஸ்எஸ்-ல் சேர முன்வந்தார். வாஃபென்-எஸ்எஸ் என்பது ஆக்ரமிக்கப்பட்ட, ஆக்ரமிக்கப்படாத நிலங்களிலிருந்து தன்னார்வலர்களையும் கட்டாயப்படுத்திச் சேர்க்கப்பட்டவர்களையும் கொண்ட நாஜிப்படையின் கிளை. போர் முடிவடைவதற்குச் சற்று முன்பு ரோமானியா நிலைமையை மாற்றியது. ஜனவரி 1945 இல் போர் முடிவடையாமலே 17 முதல் 45 வயதுக்குட்பட்ட அனைத்து ரோமானிய-ஜெர்மானியர்களையும் சோவியத் யூனியனுக்கு நாடுகடத்த ஸ்டாலின் உத்தரவிட்டார். அவர்களில் ஹெர்தா முல்லரின் தாயும் ஒருவர்.

சித்தாந்தம் மற்றும் சந்தர்ப்பவாதத்தால் தனிநபர்கள் எவ்வாறு சிதைக்கப்பட்டார்கள்? இதற்கு ஒரு அச்சுறுத்தும் உதாரணமாக அவரது தந்தை எஸ்எஸ் சிப்பாயாக வாழ்ந்த வாழ்க்கை அமைந்தது. எனவே கம்யூனிச சித்தாந்தக் கட்டமைப்புகளுக்கு எதிராகவே அவர் வளர்க்கப்பட்டார்.

எனவே தான் முல்லரின் இலக்கியப் படைப்புகள் அடக்குமுறை மற்றும் துன்புறுத்தலின் கீழ் ஒரு தனிநபருக்கு ஏற்படும் பாதிப்பை எடுத்துச் சொல்கின்றன. ரோமானியாவில் ஜெர்மன் மொழி பேசும் சிறுபான்மை இனத்தில் ஒருவராக அவருக்கு ஏற்பட்டஅனுபவங்களைஅடிப்படையாகக்கொண்டு எழுதியுள்ளார். சர்வாதிகாரம் ஒரு தனிநபரின் மனதில் எப்படிப் பயத்தையும் அந்நியப்படுத்தப்படுதலையும் உருவாக்குகிறது என விளக்குகிறார். புதுமையான மொழியியல் துல்லியத்துடன் அவர் கடந்த கால வரலாற்றைப் படமாக்குகிறார். இவரது இலக்கியப் படைப்புகள் பெரும்பாலும் உரைநடைகள். ஆனால் கவிதைகளையும் எழுதி இருக்கிறார்..

ஜெர்மன் இலக்கியம் இருத்தலியல் கதைகளைச் சொல்பவர்களுக்கு முன்னுரிமை அளிக்கிறது. ஒவ்வொரு காலக்கட்டத்திலும் அதற்குப் பொருத்தமானசூழலைப் பிரதிபலிக்கும் மாறுபட்ட எழுத்தாளர்களைக் கொண்டது. மேலும் புனைவு அபுனைவு போன்ற வேறுபாடுகள் அதில் இல்லை. நல்ல கருத்தாக்கங்களைக் கொண்ட படைப்புகள் அங்கு எப்போதும் வரவேற்கப்படுகின்றனபெரும் எழுத்தாளர்களிலிருந்து நீட்சே வழியாகச் சென்று ஹெர்மன் ஹெஸ்ஸே வரை இதைத்தான் செய்துள்ளனர்.

ஹெர்தா முல்லரும் இதைத்தான் செய்துள்ளார். அவரது சிறந்த புத்தகங்களைப் பகுப்பாய்வு செய்தால், பல ஏற்றத் தாழ்வுகளுக்கு உட்பட்ட ஐரோப்பாவைக் காட்டுவார். அதன் ஆழமான பாரம்பரியத்திற்குள் நுழைவார். எழுத்தாளர்கள் வரலாற்றாசிரியர்களாக செயல்பட வேண்டியது அத்தியாவசியமாக இருந்த காலகட்டத்தில் இயங்கினார்.

ரோமானியா இருண்ட காலங்கள், நல்லிணக்க காலங்கள் என எப்போதும் பல வரலாற்று மாற்றங்களுக்கு மத்தியில் முன்னேறுகிற ஒரு நாடு. இந்த அடிப்படையில் ஹெர்தா மக்களின் சாட்சியங்களில் கவனம் செலுத்தினார். அப்படி வெளிக்கொண்டு வரப்பட்ட உள் வரலாறுகளின் வரலாற்றுஆசிரியர் ஆவார்.

17 ஆகஸ்ட் 1953-இல் ரோமானியாவில் பிறந்த ஜெர்மன் மொழி நாவலாசிரியர். கூடவே கவிஞரும், கட்டுரையாளரும் ஆவார். 1973 முதல் 1976 வரை டிமிசோரா பல்கலைக்கழகத்தில் ஜெர்மன் மற்றும் ரோமானிய இலக்கியப் படிப்பைப் படித்தார்.

படிப்பை முடித்தவுடன் டிமிசோராவில் உள்ள ஒரு இயந்திரத் தொழிற்சாலையில் மொழிபெயர்ப் பாளராகப் பணியாற்றினார். ரோமானிய இரகசியப் பொலிஸார் (செக்யூரிட்டேட்) அவரை அணுகினர். சக ஊழியர்கள் மற்றும் வெளிநாட்டு விருந்தினர்களை உளவு பார்க்கும்படி கேட்டனர். அவர் மறுத்து விட்டார். இதன் விளைவாக அவர் தனது வேலையை இழந்தார். அதன் பிறகு ஜெர்மன் மொழி ஆசிரியராகப் பணிபுரிந்தார்.

ரோமானிய சோசலிசக் குடியரசை அடக்குமுறை செய்தவர் நிக்கோலே சியோசெஸ்கு. இவர் ஆட்சியின்

கீழ் மக்கள் பெரும் துயரை அனுபவித்தனர். ஹெர்தாவின் பல படைப்புகள் ரோமானியாவில் உள்ள ஜெர்மன் சிறுபான்மையினரின் பார்வையில் இருந்து சொல்லப்பட்டவை. கம்யூனிஸ்ட் ஆட்சியின் பாதிப்புகளே ஹெர்தாவின் இலக்கியப் படைப்புகளை வண்ணமயமாக்கின. சியோசெஸ்கு சர்வாதிகாரத்தையும் ஆளும் சோசலிசக் கட்சியின் அதிகாரப்பூர்வ இலக்கியத்தையும் எதிர்க்கும் எழுத்தாளர்களின் குழுவான "ஆக்ஷன்ஸ்க் ரூப் பனாட்"-இல் இணைந்தார். அதன் ஆசிரியர்களுடன் நட்பு கொண்டார்.

நாவலாசிரியரும் கட்டுரையாளருமான ரிச்சர்ட் வாக்னர் என்பரை திருமணம் செய்துகொண்டார். அவரும் எழுத்தாளர். தான் எழுதுவதற்காக பல அனுபவங்களை கணவருடன் பகிர்ந்துகொண்டார். அப்படி வடிவமைக்கப்பட்டவை தான் அவரது பல படைப்புகள். பனாட் ஸ்வாபியன் இனக்குழுவின் உறுப்பினர்களான இவர்கள் இருவரும் ஜெர்மன் மொழி ஆசிரியராகப் பணிபுரிந்தனர். எழுத்தாளர் களின் பேச்சுச் சுதந்திரத்திற்காகப் போராடிய அக்ஷன்ஸ் குரூப் சங்கத்தின் உறுப்பினர்களுமாவர் .

அவரது புத்தகங்கள் கற்பனையானவை. ஆனால் உண்மையான மனிதர்களையும் அனுபவங்களையும் அடிப்படையாகக் கொண்டவை. ஹெர்தா முல்லரின் எழுத்து ஈடுபாட்டால் ரோமானிய இரகசியப் பொலிஸாரிடமிருந்து அச்சுறுத்தல்கள் வந்தன. இத்தனைப் பிரச்சனைகளுக்கு மத்தியிலும் தைரியமாக அவரை எழுத வைத்தது ஆக்ஷன்ஸ்க்ரூப்.

அவரது 1996ஆம் ஆண்டு நாவல் தி லேண்ட் ஆஃப் கிரீன் பிளம்ஸ். இரண்டு நண்பர்களின் மரணத்திற்குப்

பிறகு இதை எழுதினார். இம் மரணத்தில் ஹெர்தா இரகசிய காவல்துறையின் ஈடுபாட்டை சந்தேகித்தார். அந்த இரு கதாபாத்திரங்களில் ஒன்று அக்ஷன்ஸ்க்ரூப்பின் நெருங்கிய நண்பர்.

அவரது படைப்புகளில் மிகவும் பாராட்டப்பட்ட நாவல் தி ஹங்கர் ஏஞ்சல். அந்நாவல் ரோமானியாவில் வசித்த ஜெர்மன் சிறுபான்மையினர் சோவியத் குலாக்ஸுக்கு நாடு கடத்தப்பட்டதைச் சித்தரிக்கிறது. சொல்லப்படாத விஷயங்களையே எழுதுகிறார். கிராமவாசிகள் செய்யும் மாறுபட்ட அவதானிப்புகளைச் சுட்டுகிறார். அவர்கள் இடம்பெயர்ந்ததன் மூலக்காரணத்தை எழுதுகிறார்.

அவரது முதல் படைப்பு, சிறுகதைகளின் தொகுப்பான நீடெருங்கன் (நாடிர்ஸ்). அது ரோமானிய அரசாங்கத்தால் தணிக்கை செய்யப்பட்டது. அதே நேரத்தில் தணிக்கை செய்யப்படாத பிரதிகள் ஜெர்மனில் வெளிவந்தது. ஒரே இரவில் எழுத்தாளர் என்ற பெயரை உருவாக்கியது. ஜெர்மனியில் அவரை பின்தொடர்பவர்கள் அதிகரித்தனர். ஒரு இளம் பெண்ணின் கண்ணோட்டத்தில் அவளது கற்பனைகள் மற்றும் அச்சங்களோடு எழுதப்பட்டவை இதில் உள்ள கதைகள். அதில் பனாட்டில் உள்ள ஒரு ஸ்வாபியன் கிராமத்தின் சிறைவாசம், ஊழல், சகிப்புத்தன்மை மற்றும் ஒடுக்குமுறை ஆகியவற்றையே சித்தரித்தார்.

வாய்ப்புக் கிடைத்த ஜெர்மன் ஊடகங்களில் கம்யூனிச சர்வாதிகாரத்தை வெளிப்படையாக விமர்சித்தார். இதன் விளைவாக இரண்டாவது புத்தகமும் தடைசெய்யப்பட்டது. விசாரணைக்காக செக்யூரிட்டேட்டால் மீண்டும் மீண்டும் அழைக்கப்பட்டார். அங்கு அபத்தமான

குற்றச்சாட்டுகளை எதிர்கொண்டார். ஒரு விபச்சாரி என்று இழிவுபடுத்தப்பட்டார். புத்தகத்தை கள்ளச்சந்தைப்படுத்தியதாக குற்றமும் சாட்டப்பட்டார். மேலும் மரண அச்சுறுத்தலும் விடுக்கப்பட்டது. 1987 ஆம் ஆண்டு கணவருடன் ஜெர்மனிக்கு குடிபெயர்ந்தார். அப்போதிருந்து பெர்லினில் வசிக்கிறார்.

ஜெர்மனிக்கு வந்து அவர் எழுதிய முதல் புத்தகம்டிரவெலிங் ஆன் ஒன் லெக் விசித்திரமான சூழலில் காலூன்றுவதில் உள்ள சிரமங்களைச் சித்தரிக்கிறது. சர்வாதிகாரத்தில் அன்றாட வாழ்க்கை, கடினமான நட்புகள், இரகசியப் பொலிஸாரின் சோதனைகளைக் குறிப்பிடுகிறது.

பயங்கரவாதத்தின் விளைவுகளை சித்தரித்ததால் அவர் சர்வதேச அளவில் பேசப்பட்டார். அவரது படைப்புகள் இருபதுக்கும் மேற்பட்ட மொழிகளில் மொழிபெயர்க்கப்பட்டன. இன்றுவரை இருபதுக்கும் மேற்பட்ட விருதுகளைப் பெற்றுள்ளார். சர்வதேச டப்ளின் இலக்கிய விருது, மனித உரிமைகள் விருதுகளும் இவற்றுள் அடங்கும்.

2009 ஸ்வீடிஷ் அகாடமி இவருக்கு இலக்கியத்திற்கான நோபல் பரிசை அறிவித்தது. இலக்கியத்திற்காக நோபல் பரிசு பெறும் பன்னிரெண்டாவது பெண்மணி ஆவார். செறிவான கவிதைகளாலும், வெளிப்படையான உரைநடைகளாலும் வெளியேற்றப்பட்டவர்களின் நிலப்பரப்பைச் சித்தரிப்பவர் என்ற காரணத்திற்காக இந்தப் பரிசு கொடுக்கப்பட்டுள்ளது.

இரண்டு மொழி மற்றும் காலாசாரங்களுக்கு இடையிலான வேறுபாடுகள் தன் எழுத்தில் பாதிப்பைச் செலுத்தியதாகச் சொல்கிறார்.

ரோமானியர்கள் விழும் நட்சத்திரத்தைப் பார்த்தால் யாரோ இறந்துவிட்டதாக நினைப்பார்கள். ஜெர்மானியர்களோ விழும் நட்சத்திரத்தைப் பார்த்தால் நனவாக விரும்பும் ஒன்றை நினைத்துக் கொள்கிறார்கள் என்பார்.

இவரது படைப்புகளில் செல்வாக்கு செலுத்திய மற்றொரு அம்சம் ரோமானியாவின் நாட்டுப்புற இசை. மரியா தனசேவை முதன்முதலில் ஹெர்தா கேட்டபோது அவரால் நம்பமுடியவில்லை. நாட்டுப்புறக் கதை என்றால் என்ன என்பதை அப்போதுதான் உணர்ந்திருக்கிறார்.

அமைதிக்கான நோபல் பரிசு பெற்றவர் லியு சியாபோ. சீனரான இவர் 2015 இல் சிறையில் அடைக்கப்பட்டவர். இவரது மனைவி லியு சியாவின் முதல் கவிதைத் தொகுப்பு வெளியீட்டிற்கு ஹெர்தா முன்னுரை எழுதிக்கொடுத்தார். லியு சியா ஹெர்தாவுக்குக் கவிதை வடிவில் ஒரு கடிதம் எழுதினார். அந்தக் கடிதத்தைப் புகைப்படம் எடுத்து சீன எதிர்ப்பாளர் ஒருவர் ஃபேஸ்புக்கில் வெளியிட்டார். அதில் லியு சியா தனிமை நிறைந்தத் தன் வாழ்க்கையில் பைத்தியம் பிடித்தது போல உணர்ந்ததாகச் சொல்லி இருந்தார்.

2009ஆம் ஆண்டில் ரோமானிய-ஜெர்மன் சிறுபான்மையினர் சோவியத் யூனியனுக்கு நாடுகடத்தப்படுவதைப் பற்றி ஆட்டம்ஷாவ்குள் என்று ஒரு நாவல் எழுதினார். இந்த நாவலை கவிஞர் ஆஸ்கர் பாஸ்டியருடன் சேர்ந்து எழுதினார். அவர் ஐந்து வருடங்கள் கட்டாயமாக நாடு கடத்தப்பட்டு உக்ரைனில் இருந்தார். அவரது விரிவான நினைவுகளே நாவலின் அடிப்படை. இந்த நாவலின்

ஆரம்பக் கட்டத்தில் இருந்தபோதே ஆஸ்கார் பாஸ்டியர் இறந்தார். தனியாகப் புத்தகத்தை எழுத வேண்டிய கட்டாயம் ஏற்பட்டது.

ஆட்டம்ஷாவ்குள் என்பது ரோமானிய-ஜெர்மானியர்களின் அறியப்படாத நாடுகடத்தலின் சித்தரிப்பு மட்டுமல்ல. கதாநாயகன் லியோ ஆபெர்க்கின் குரலில் ஆஸ்கார் பாஸ்டியரின் இலக்கிய நினைவுச்சின்னமாகும்.

13. ஆலிஸ் மன்ரோ

ஆலிஸ் மன்ரோ கனடாவின் ஒன்டாரியோவில் உள்ள விங்ஹாமில் ஜூலை 10, 1931 இல் பிறந்தார். தந்தை ஒரு விவசாயி. தாய் பள்ளி ஆசிரியர். இவர்களுக்கு மூத்தக் குழந்தையாகப் பிறந்தார்.

ஆலிஸின் தந்தை வழி முன்னோர்கள், நெப்போலியப் போர்களைத் தொடர்ந்து பிரிட்டனில் இருந்து பிழைக்க வழியின்றி எட்ரிக் பள்ளத்தாக்கிலிருந்து மேற்குக் கனடாவிற்கு 1818-இல் குடிபெயர்ந்தவர்கள். இப்போதைய டொராண்டோ ஹால்டன் டவுன்ஷிப்பில் குடியேறி விவசாயம் செய்யத் தொடங்கினர். இவர்கள் அங்கு முதன் முதலில் குடியேறியவர்களில் சிலர். ஆலிஸின் தாத்தா 1901 இல் திருமணம் செய்துகொண்டார். அந்த ஆண்டு நவம்பரில் ஆலிஸின் தந்தையான ராபர்ட் எரிக் பிறந்தார்.

அயர்லாந்து சீர்திருத்தக் கிறிஸ்தவர்களின் வம்சாவளியைச் சேர்ந்தவர்களும் அதே நேரத்தில்

கனடாவுக்குக் குடிபெயர்ந்தனர். இவர்களில் ஆலிஸின் தாய்வழித் தாத்தா ஜார்ஜ் சாம்னியும் ஒருவர். இவருக்கு நான்கு குழந்தைகள். மூன்று மகன்கள் மற்றும் ஆனி கிளார்க் சாம்னி என்ற மகள். இவர் தான் ஆலிஸின் தாயானார்.

1927இல் ஆலிஸின் பெற்றோர் திருமணம் செய்துகொண்டனர். ஆலிஸின் தந்தை ராபர்ட் தனது பெற்றோரின் பண்ணையிலிருந்து விலகிக் கொண்டார். மனைவியின் ஊரில் ஒரு பண்ணையை அமைப்பதற்காக விங்ஹாமிற்குச் சென்றனர். அவர்கள் அங்கு தங்கும் வரை இலவசமாக வேலை செய்ய வேண்டும் என ஆனியின் தந்தை எதிர்பார்த்தார்.

அதனால் ஆலிஸின் அம்மா சாதாரண பள்ளியில் தன்னை இணைத்துக்கொண்டு ஆசிரியராகப் பணியாற்றினார். இருவரும் உழைத்துப் பணம் சேர்த்தனர். மைட்லேண்ட் ஆற்றின் குறுக்கே தங்கள் பண்ணையை நிறுவினர். பெரும்பாலான ஆண்டுகளில் வெள்ளம் ஏற்பட்டது.

இந்தக் குடும்ப வரலாறு ஆலிஸின் வாசகர்கள் அவரது படைப்புகளிலிருந்து அறிந்த ஒன்று. இந்த முன்புராணம் தான் அவர் எழுத்துகளின் சாரம்.இது லண்டன் கார்டியனில் தி வியூ ஃப்ரம் கேஸில் ராக்கின் மதிப்பாய்வின் கருத்து.

ஆலிஸின் கதைகள் மொத்தமும் நினைவுக் குறிப்புகள் என கார்ல் மில்லர் கூறுகிறார். அவரது வாழ்க்கையின் நாவல் அந்த "குடும்பப் புத்தகத்தில்" உள்ளது.

தனது முன்னோர்களின் குடியேற்றம் அவருடைய பெற்றோரின் சந்திப்பு, ஆரம்ப முயற்சிகள் முதல்

பிறகு விலகிச் செல்வது வரை அவருடைய எழுத்தின் மூலம் தனது கற்பனையால் வாசகரை அங்கே திருப்புகிறார்.

ஆலிஸின் கதைகள் பெரும்பாலும் வரையப்பட்டவை போல் இருக்கும். மக்களின் மாறிவரும் கலாச்சாரம், அதன் வாழ்க்கை முறையை விவரிக்கிறார். ஆலிஸ் ஒருமுறை ஒரு நேர்காணலில் கூறினார். "செங்கல் வீடுகள், இடிந்து விழும் கொட்டகைகள், டிரெய்லர் பூங்காக்கள், பாரமான பழைய தேவாலயங்கள் என இந்தக் குறிப்பிட்ட நிலப்பரப்பின் போதையில் நான் இருக்கிறேன்" என்று.

கனடாவின் மேற்குக் கடற்கரையில் உள்ள பிரிட்டிஷ் கொலம்பியாவில் இருபது ஆண்டுகளுக்கு மேல் வசித்தவர். இந்த இடம் போதுமானது. ஆனால் இங்குள்ள அனைத்தும் தொடக்கூடியவையாக இருந்தாலும் மர்மமானவை என்றார்.

அவர் பிறந்த இடம், அவர் சென்று திரும்பிய இடம், அதிகமாக வாழ்ந்த இடம் என்று ஆய்வுகள் செய்தார். *1950* களில் இருந்து அவரது சமீபத்தியக் கதைகள் வரை இதைத்தான் காட்டுகிறார். தன் புத்தகத்தில் இளம் ஆலிஸும் அவரது பெற்றோரும் நினைவுகூரப்பட்டு, மீண்டும் மீண்டும் உருவாக்கப்படுகிறார்கள்.

கடைசி புத்தகம் டியர் லைப் " *(2011)*, அவர் தாயின் கடைசி நாட்கள் மற்றும் இறுதிச் சடங்குகளுடன் முடிவடைகிறது. இந்தப் பகுதிகளை அறிமுகப் படுத்திச் சொந்த வாழ்க்கையைப் பற்றி நான் சொல்ல வேண்டிய முதலும் கடைசியும் மற்றும் மிக நெருக்கமானதும் இது தான் என்றார்.

டியர் லைப் மீண்டும் காண்பிப்பது போல, தனது பெற்றோரின் கொண்டாடப்பட்ட ஒரே

குழந்தையாகத் தனது வாழ்க்கையைத் தொடங்கினார். அதன் பிறகு இன்னும் இரண்டு குழந்தைகள். ஒரு தம்பியும் தங்கையும்.

அவரது தாயார் சமூக லட்சியம் கொண்டவர். லோயர் விங்ஹாமில் வசிப்பவர். திருமணமான ஒரு பெண்ணின் சுதந்திரத்தின் அடையாளமாக அவர் ஒரு காரை ஓட்டினார். அவரது கணவரின் குடும்பத்தி லிருந்து அவரைப் பிரிக்கும் நடவடிக்கைகளில் அருகில் வசித்த இருவர் ஈடுபட்டனர்.

ஆலிஸ் லோயர் டவுன் பள்ளியில் *1937* இல் சேர்ந்தார். மேலும் இரண்டு ஆண்டுகள் அங்கு தங்கி மூன்றாம் வகுப்பு வரை முடித்தார். இது ஒரு கடினமான இடம் என்று,ஆலிஸ் தனது கதையான "பிரிவிலேஜ்" *(1977)* இல் விவரித்தார்.

நான்காம் வகுப்பில் இருந்து அவர் விங்ஹாம் பள்ளியில் பயின்றார். அதற்குத் தினமும் மூன்று கிலோமீட்டர் நடக்க வேண்டும். லோயர் டவுன் பாலம் வழியாக நடந்துசென்றார். எட்டு வயதில் அந்த நடைப்பயிற்சியை மிகவும் விரும்பினேன் என்று நினைவு கூர்ந்தார்.

1949 வரை உயர்நிலைப் பள்ளிக்கும் பட்டம் பெறுவதற்கும் இந்தப் பயணத்தைத் தொடர்ந்தார்.. இந்த நடைதான் ஆலிஸ் சமூகத்தைப் புரிந்து கொள்வதற்கான திறவுகோலானது. ஏனென்றால் பள்ளிக்குச் செல்லும்போது லோயர் டவுன் வழியாகக் கொள்ளைக்காரர்கள் மற்றும் திருடர்களைக் கடந்து செல்ல வேண்டி இருந்தது.

தனது பதினோராவது வயதில் வாசிப்பிற்குள் இறங்கினார். லூசி மவுட் மாண்ட்கோமெரி மற்றும்

டிக்கென்ஸின் எ சைல்ட் ஹிஸ்டரி ஆஃப் இங்கிலாந்து ஆகியவற்றால் தனது வாசிப்பை ஆரம்பித்தார். அவர் டென்னிசனின் ஐடில்ஸ் ஆஃப் தி கிங்கைப் படித்தார். டென்னிசனைக் கண்டறிந்த போது தான் கவிதை எழுதத் தொடங்கினார். அவர் எப்போதும் தன் மனதில் கதைகளை உருவாக்கிக் கொண்டிருந்தார்.

பள்ளிக்குப் போவதற்கும் வருவதற்கும் இருமுறை நடப்பதன் மூலம் பண்ணைக்கு அருகில் உள்ளவர்களையும் வழியில் நடப்பவர்களையும் வேறு கோணத்தில் பார்க்க ஆரம்பித்தார். இதன் மூலம் வித்தியாசமாகத் தன்னைப் பார்த்தார். அந்த வித்தியாசம் தான் ஆலிஸை ஒரு எழுத்தாளராக உணரவைத்தது.

*"பாய்ஸ் அண்ட் கேர்ள்ஸ்" (1964)*இல் அத்தகைய காட்சிகளை அவர் வைத்திருந்தார். இப்படியான கதைகளை உருவாக்கும் போது பாதி கற்பனையும் பாதி படித்த, பார்த்த விஷயங்களுமே அவற்றில் இருந்தன. அப்போதிருந்தே ஆலிஸ் வூதரிங் ஹைட்ஸ் என்ற எழுத்தாளரைப் பின்பற்றி எழுதினார். புனைகதையின் ஆன்மாவைச் சொந்தமாகப் பிடிக்க முயற்சித்தார்.

பன்னிரெண்டு வயதில் அவரது தாய்க்கு தசை நார்களை இறுகச் செய்யும் மூளை நோயின் அறிகுறிகள் வந்தன. அதே நேரத்தில் அவளுடைய தந்தையின் ஃபர் பிசினஸ் (தோல் வியாபாரம்) தொய்வடையத் தொடங்கியது. இறுதியில் அவர் அதை மூடிவிட்டு உள்ளூர் ஃபவுண்டரியில் இரவு வேலைக்குச் சென்றார். பணப் பற்றாக்குறையும் அம்மாவின் நோயும் ஒரே நேரத்தில் வருவது தாங்கிக்கொள்ள முடியாதது.

இளமைப் பருவத்தில் தன்னைச் சுயமாகப் பாதுகாத்துக்கொண்டார். லட்சியத்தோடும் மகிழ்ச்சியோடும் இருந்தார். அதனால் அந்தத்துயரைப் புறக்கணித்தார். சோகத்திலும் வாழ விரும்பவில்லை. அதில் தோய்ந்து கறைபடவுமில்லை.

தாயின் நோய் அதிகரித்ததால் ஆலிஸின் .கல்வி பாதிக்கப்படக்கூடிய நிலைமை ஏற்பட்டது. வீட்டிலுள்ளசூழ்நிலையை அவருடைய நண்பர்களும் பள்ளியும் புரிந்துகொண்டனர். சில பள்ளி நடவடிக்கைகளில் மட்டும் பங்கேற்றார். ஆனாலும் தனது கல்வித் திறனை அதிகப்படுத்திக்கொண்டார்.

லண்டனில் உள்ள வெஸ்டர்ன் ஒன்டாரியோ பல்கலைக்கழகத்தில் இரண்டு ஆண்டுகள் உதவித்தொகையோடு சேர்ந்தார். அங்கு விண்ணப்பித்த எந்த மாணவர்களையும் விட ஆங்கிலத்தில் உயர்ந்த இடத்தைப் பெற்றார்.

பட்டம் பெற முதலில் இதழியலை எடுத்தார். ஆனால் இரண்டாம் ஆண்டில் ஹானர்ஸ் ஆங்கிலத்திற்கு மாறினார். அந்த ஆண்டு சிறந்த மதிப்பெண்களுடன் பரிசையும் வென்றார்.

1950–இல் பத்தொன்பதாவது வயதில் அவரது முதல் கதை இளங்கலை இலக்கிய இதழில் வெளிவந்தது. பல்கலைக் கழகத்தில் அவர் தனது பாதி நேரத்தை கல்விக்காகவும், மறுபாதி நேரத்தை எழுதுவதற்காகவும் செலவிட்டார். அப்போது தான் எழுத்து மேலெழும்புவதை உணர முடியும் என்று செய்துபார்த்தார்.

ஜேம்ஸ் மன்ரோ ஹானர்ஸ் ஹிஸ்டரி படித்து வந்தார். இவர் அழகியல் ஆர்வம் கொண்டிருந்ததால் ஆலிஸ்

மீது காதல் கொண்டார். ஆலிஸின் இரண்டாம் ஆண்டு முடிவில் அந்த ஜோடி திருமணம் செய்து கொள்ள முடிவு செய்தது. வான்கூவரில் உள்ள ஈடன் கடையில் மன்ரோக்கு வேலை கிடைத்தது. டிசம்பர் *29, 1951* இல் விங்ஹாமில் திருமணம் நடந்தது. பெற்றோர், ஆலிஸின் உடன்பிறப்புகள் மற்றும் இரண்டு நெருங்கிய நண்பர்கள் மட்டுமே கலந்து கொண்ட எளிய திருமணம் அது. திருமணம் முடிந்ததும் உடனடியாக ரயிலில் வான்கூவருக்குப் புறப்பட்டனர்.

திருமணத்தின்போது ஆலிஸ் மன்ரோவிற்கு இருபது வயது. இருபத்தியோராவது பிறந்தநாளுக்கு கணவர் ஒரு தட்டச்சுப்பொறியை பரிசாகக் கொடுத்தார். இது தான் ஆலிஸின் எதிர்காலத் திசையை நிர்ணயித்தது .

அவரது உதவித்தொகை முடிவடைந்தவுடன், வாழ வேறு வழியைக் கண்டுபிடிக்க வேண்டும். விங்ஹாம் வீட்டிற்குச் செல்லலாம். அங்கு சென்றால் தாயின் உடல்நலமும் பொறுப்புகளும் அவருடைய லட்சியத்தைக் குலைக்கும்.

இருவரும் மாறுபட்ட வர்க்கப் பின்னணியில் இருந்து வந்தவர்கள். ஆனால் அவர் தனது புதிய மனைவியை ஒரு எழுத்தாளராகப் பார்த்தார். அவரது எழுத்தை ஆதரித்தார். அதனால் தான் தட்டச்சு இயந்திரம் வாங்கிக் கொடுத்தார்.

இந்த தருணத்தைத் தான் அவர் தன் வாழ்க்கையின் இரட்டைத் தேர்வுகள் என்றார். எழுத்தை ஆதரித்து வளர்த்துவிடுகிற கணவன் வாய்ப்பது, பெண் எழுத்தாளர்கள் காலத்தால் பெற்று வந்த வரமே.

மன்ரோ வேலைக்குச் சென்றார். ஆலிஸ் வீட்டிலிருந்து சமைத்தார். படிக்கவும் எழுதவும் செய்தார். முதல் குழந்தை ஷீலா மார்கரெட் அக்டோபர் *1953* இல்

பிறந்தார். இரண்டாவது குழந்தை கேத்தரின் ஆலிஸ் 1955 இல் பிறந்து சிறுநீரகங்கள் செயல்படாமல் இறந்தார். அதன் பிறகு இன்னொரு பெண்குழந்தை பிறந்தது. இறுதியில் அவர்கள் மேற்கு வான்கூவரில் குடியேறினர்.

ஆலிஸ் ஒருமுறை "தி மூன்ஸ் ஆஃப் ஜூபிடர்" (1978) இல் இந்த ஆண்டுகளை நினைவு கூர்ந்தார். கொட்டாவி விடுவது, தூங்குவது, காபி குடிப்பது மற்றும் டயப்பர்களை மடிப்பது தாண்டி ஒவ்வொரு இரவும் நான் வீட்டிற்கு வரும் என் கணவரை அவரது ஈரமான உதட்டில் முத்தமிட்டேன். நாங்கள் ஒரு கார்ட்டூன் ஜோடியாகிவிட்டோம் என்றார்.

இந்த இனிய வாழ்க்கை இருபத்திரண்டு ஆண்டுகளில் முடிவடைந்தது. மறுமணம் செய்துகொண்டார். இவரது வாழ்க்கை பெரிய அளவில் போர்க்களமாக அமையவில்லை. அப்படி அமைந்தபோதெல்லாம் அதிகம் அலட்டிக்கொள்ளாமல் தன்னை சரிபடுத்திக்கொண்டார்.

ஆலிஸ் மன்ரோ சமகால சிறுகதைகளின் மாஸ்ட்டர் என்ற காரணத்திற்காக 2013-ஆம் ஆண்டு நோபல் பரிசைப் பெற்றார். இலக்கியத்திற்காக நோபல் பரிசு பெற்ற 13 வது பெண் ஆவார்.

அவரது கதைகள் சிக்கலற்ற உரைநடை பாணியில் மனித சிக்கல்களை ஆராய்கின்றன. ஆலிஸின் எழுத்து அவரை சமகால புனைக்கதை எழுத்தாளர்களில் வாழும் எங்கள் செகாவ் என்று அழைக்கப்படும் அளவிற்கு ஒருவராக நிலைநிறுத்தியுள்ளது. .

அவரது வாழ்நாள் பணிக்காக 2009-ல் மேன் புக்கர் சர்வதேச விருதைப் பெற்றார். பல இலக்கியப் பரிசுகளையும் பாராட்டுகளையும் பெற்றுள்ளார்.

அ.முத்துலிங்கம் டொரண்டோவில் ஒரு இலக்கியக் கூட்டத்தில் ஆலிஸை சந்தித்துள்ளார். நேர்காணல் செய்ய அனுமதியும் பெற்றுள்ளார். அந்தக் கூட்டத்தில் அவர் எழுதிக்கொண்டிருக்கும் புத்தகத்தோடு தான் எழுத்திலிருந்து ஓய்வுபெறப் போவதாக அறிவித்துள்ளார். எழுபத்தைந்து வயதிற்கு பிறகாவது உதவி கேட்பவர்களுக்காக வாழ ஆசைப்படுகிறேன் என்றார்.

ஒரு சிறுகதைக்காக அயர்லாந்துக்குச் சென்று ஆறுமாத காலம் தங்கி அதை எழுதினார். ஆனால் அதன் தொனி சரியில்லை என்று அதை தூக்கிப்போட்டுவிட்டார். ஏன் என்று கேட்டபோது என் மனதில் இருந்த கதையும் காகிதத்தில் வந்ததும் வேறாகத் தெரிந்தது. அது கையில் இருந்தால் என்ன செய்வதெனத் தெரியாமல் பாரமாக இருக்கும். அதனால் அதை குப்பையெனத் தூக்கிப்போட்டுவிட்டேன் என்றார்.

14. ஸ்வெட்லானா அலெக்ஸியேவிச் எஸ்வெட்லானா

அலெக்ஸியேவிச் பெலாரஷ்ய புலனறியும் ஊடகவியலாளர், கவிஞர். ரஷ்ய மொழி எழுத்தாளர் ஆவார். 2015 ஆம் ஆண்டு இலக்கியத்திற்கான நோபல் பரிசு பெற்ற பதினான்காவது பெண்மணி இவர். தம் காலத்தின் துன்பம் மற்றும் தைரியத்தின் நினைவுச் சின்னமாக இருக்கும் பல குரல்களை எழுத்தில் கொண்டுவந்தமைக்காக இவ்விருது வழங்கப்பட்டது. பெலாரஷில் இருந்து இவ்விருதைப் பெறும் முதல் எழுத்தாளர்ஆவார். இலக்கியத்துக்கான நோபல் பரிசைப் பெற்ற முதல் பத்திரிகையாளரும் ஆவார். ஆனால் தன்னை ஒரு பத்திரிகையாளர் என்று சொல்லும் கருத்தை நிராகரிக்கிறார். அவரது படைப்புகள் ஆவணப்பட இலக்கியங்கள் என்று அழைக்கப்படுகின்றன. இவை உண்மையான நிகழ்வுகளின் தொகுப்புகள் ஆகும்.

நாட்டின் நடப்புப் பிரச்சினையான உக்ரைன் மீதான ரஷ்ய படையெடுப்பில் கருத்துத் தெரிவித்தார்.

ஒரு ஆக்கிரமிப்பு நாட்டிற்கு ஒரு பிரதேசத்தை வழங்குவது, குற்றத்திற்கு உடந்தையாக இருப்பதேத் தவிர வேறில்லை என்றார்.

அலெக்ஸியேவிச் மே 31, 1948-இல் இன்றைய போர் நாடான உக்ரைனின் இவானோ-ஃபிராங்கோவ்ஸ்கில் பிறந்தார். அவரது தந்தை பெலாரஷியன். தாய் உக்ரேனியன். தந்தை இராணுவத்தில் பணிபுரிந்தார். அதிலிருந்து நீக்கப்பட்ட பிறகு பெலாரஸுக்குத் திரும்பி வந்து ஒரு கிராமத்தில் குடியேறினர். அங்கு அவரது பெற்றோர் இருவரும் பள்ளி ஆசிரியர்களாகப் பணிபுரிந்தனர்.

பள்ளிப் பருவத்திலேயே கவிதைகள் எழுதி அவை பள்ளிப் பத்திரிகையில் வெளிவந்தன. கட்டுரைகளும் எழுதி வந்தார். மின்ஸ்க் பல்கலைக்கழகத்தின் இதழியல் துறையில் சேர்வதற்கு இரண்டு வருட அனுபவம் தேவைப்பட்டது. எனவே உள்ளூர் செய்தித்தாளில் நிருபராகப் பணியாற்றினார். தனது பல்கலைக்கழகப் படிப்பின் அனைத்துப் போட்டிகளிலும் பல விருதுகளைப் பெற்றார்.

பட்டம் பெற்ற பிறகு பெரேசா நகரச் செய்தித்தாளில் பணிபுரிய அனுப்பப்பட்டார். அதே நேரத்தில் உள்ளூர் பள்ளியிலும் கற்பித்தார். அவர் தன் விருப்பங்களுக்காகக் கடினமாக உழைத்தார். ஒரே வருடத்தில் கிராமிய செய்தித்தாளில் பணிபுரிய மின்ஸ்கிற்கு அழைக்கப்பட்டார். பிறகு நேமன் என்ற இலக்கிய இதழின் நிருபராகப் பணிபுரிந்தார். விரைவில் அவ்விதழின் அபுனைவு பிரிவின் தலைவராகப் பதவி உயர்வு பெற்றார்.

நிஜ வாழ்க்கைக்கு மிக நெருக்கமான ஒரு இலக்கிய முறையைத் தேடினார். நிஜம் அவரை காந்தம் போல

ஈர்த்தது. நிஜம் சித்திரவதை செய்து ஹிப்னாடிசம் செய்தது. எனவே அதையே காகிதத்தில் பிடிக்க விரும்பினார். எனவே அப்படியான மனிதர்களின் வாக்குமூலங்கள், சாட்சிகள் சான்றுகள் மற்றும் ஆவணங்களைக் கையகப்படுத்தினார். கண்ணும் காதும் இப்படித்தான் அவருக்கு செயல்பட்டன. இந்த வழியில் தான் அவரது மன உணர்ச்சித் திறன் அனைத்தும் முழுமையாக வெளிப்படுகிறது. எனவே தான் ஒரே நேரத்தில் எழுத்தாளர், நிருபர், சமூகவியலாளர், உளவியலாளர் மற்றும் போதகராக இருக்க முடிந்தது.

சிறுகதைகள், கட்டுரைகள் மற்றும் அறிக்கைகள் போன்ற பல்வேறு வகைகளில் தன்னைக் காட்ட முயற்சித்தார். பிரபல பெலாரஷ்ய எழுத்தாளர் அலெஸ் ஆடமோவிச் இவரது புத்தகமான தி புக் ஆஃப் தி சீஜ் ஐ மற்ற ஆசிரியர்களுடன் இணைந்து எழுதினார். இதனால் மேலும் வளர்ச்சி பெற்றார். பெலாரஷ்யன் மற்றும் ரஷ்ய இலக்கியங்களுக்கு ஒரு புதிய பாணியை வடிவமைத்தார். ஆடமோவிச் இந்த வகைக்கு ஒரு சரியான வரையறையைத் தேடினார். அதை 'கூட்டு நாவல்', 'நாவல்-ஓரடோரியோ', 'நாவல்-சான்று', 'தங்களைப் பற்றிப் பேசும் மக்கள்' மற்றும் 'காவிய கோரஸ்' என்று அழைத்தார். அலெக்சிஸியேவிச் தனக்கான ஒரு பாதையைக் கண்டுபிடிக்க ஆடமோவிச் உதவினார். எனவே எப்போதும் ஆடமோவிச்சை தனது முக்கிய ஆசிரியராகக் கொண்டார்.

வார்ஸ் அன்வுமன்லி ஃபேஸ் ஐ 1983இல் எழுதினார். இந்த புத்தகம் ஒரு ஒப்புதல் வாக்குமூலம். மக்களின் குரல் பதிவு. இதில் 200க்கும் மேற்பட்ட பெண்கள் பேசுகிறார்கள். 1941ல் மணப்பெண்களாக வேண்டும்

என்று கனவு கண்ட இவர்கள் எப்படி ராணுவத்தினர் ஆனார்கள் என்பதை இதில் விவரிக்கிறார்கள்.. இரண்டாம் உலகப் போரில் ஆண்களுக்கு இணையாக ஐந்து லட்சம் சோவியத் பெண்கள் கலந்து கொண்டனர். பெண்கள் காயப்பட்டவர்களை மீட்டு முதலுதவி அளித்தனர். துப்பாக்கியால் சுட்டனர். பாலங்களைத் தகர்த்தனர். குறிவைத்துக் கொன்றனர்.

நூற்றிற்கும் மேற்பட்ட நகரங்கள் மற்றும் கிராமங்களுக்குச் சென்று பெண் போர் வீரர்களின் கதைகள் மற்றும் நினைவுகளைப் பதிவு செய்தார். இந்தப் புத்தகத்திற்காக நான்கு வருடங்கள் பணியாற்றினார். இரண்டு வருடங்களாகியும் வெளியிடப்படவில்லை. அந்தப் பெண்களை வெளிப்படுத்திவிட்டதாகக் குற்றம் சாட்டப்பட்டார். இந்தச் சம்பவம் கடுமையான விளைவுகளை ஏற்படுத்தியதால் அவரது கிராமத்தை விட்டு வெளியேறும் நிலைக்குத் தள்ளப்பட்டார்.

இரண்டாண்டுகள் கழித்து அப்புத்தகம் வெளிவந்தது. மீண்டும் மீண்டும் அச்சிடப்பட்டது. இரண்டு மில்லியனுக்கும் அதிகமான பிரதிகள் விற்பனையாகின. "நாவல்-கோரஸ்" என அழைக்கப்படுகிறது. இரண்டாம் உலகப் போரின் அறியப்படாத அம்சங்களை மட்டுமே பேசுகிறது. திரைப்படமாக்கப்பட்டுப் பல பரிசுகளைப் பெற்றது.

அதே ஆண்டில் அவரது இரண்டாவது புத்தகம் தி லாஸ்ட் விட்னஸெஸ் வெளிவந்தது. இது குழந்தைகளின் கண்களால் போர் உணர்வுகளை வெளிப்படுத்தியது. அதே காரணங்களுக்காக வெளியிடப்படாமல் முடங்கியது. அதன் பின்னர் இதுவும் பல மறுபதிப்புகளைக் கண்டு

விமர்சகர்களால் பாராட்டப்பட்டது. அவர்கள் இரண்டு புத்தகங்களையும் "போர் உரைநடையின் புதிய வகைக் கண்டுபிடிப்பு" என்று அழைத்தனர்.

அடுத்து தி பாய்ஸ் இன் சிங்க். இது சோவியத் மக்களிடமிருந்து மறைக்கப்பட்ட சோவியத்-ஆப்கன் போரைப் பற்றிய புத்தகம். இப்புத்தகத்திற்காக தகவல் சேகரிக்க ஆப்கன் முழுவதும் நான்கு ஆண்டுகள் பயணம் செய்தார். போரில் பாதிக்கப்பட்டத் தாய்மார்களையும் ஆப்கானிஸ்தான் வீரர்களையும் சந்தித்தார். போர்ப் பகுதிகளையும் பார்வையிட்டார். இந்தப் புத்தகம் ஒரு வெடிகுண்டானது. இராணுவமும் கம்யூனிஸ்ட்டும் அலெக்ஸியேவிச்சைத் தாக்கின. புத்தகத்திற்கு எதிராக நீதிமன்ற நடவடிக்கைகள் அரங்கேறின. அடிக்கடி விசாரணைக்கு ஆளானார்.

இந்தப் புத்தகத்திற்குப் பின் ஆவணப்படங்களும் நாடகங்களும் வெளிவந்தன.

என்சாண்டட் வித் டெத் என்ற புத்தகத்தை வெளியிட்டார். *1993*இல் சோவியத் வீழ்ச்சியால் பலர் செய்த தற்கொலை முயற்சிகள் பற்றிய புத்தகம். சோசலிசக் கொள்கைகளிலிருந்து பிரிக்க முடியாதவர்கள், புதிய நாட்டை ஏற்றுக்கொள்ள முடியாதவர்கள் செய்துகொண்ட தற்கொலைகள் பற்றியது.

1997-இல் வெளிவந்த வாய்சஸ் ஃபிரம் செர்னோபில் என்ற புத்தகம் அணுமின் நிலையம் பற்றியது. இது பேரழிவைப் பற்றியது அல்ல. அதற்குப் பிறகு மக்கள் எப்படிப் புதிய யதார்த்தத்தைத் தழுவுகிறார்கள் என்பதைப் பற்றியது. இப்புத்தகம் தமிழிலும் மொழிபெயர்க்கப்பட்டுள்ளது.

சோவியத்துக்கு முந்தைய பிந்தைய வரலாற்றைத் திரும்பிப் பார்த்தால் அது ஒரு பெரிய பொதுக் கல்லறையாகவும் இரத்தக் குளியலுமாகவும் தெரியும். மரணதண்டனை பெற்றவர்களின் நித்திய உரையாடல். புரட்சி, குலாக்ஸ், இரண்டாம் உலகப் போர், மக்களிடமிருந்து மறைக்கப்பட்ட சோவியத்-ஆப்கான் போர், மாபெரும் சாம்ராஜ்யத்தின் வீழ்ச்சி, மாபெரும் சோசலிச நிலத்தின் வீழ்ச்சி, இப்போது பிரபஞ்ச பரிமாணங்களுக்கு ஒரு சவால் - செர்னோபில். இது பூமியில் உள்ள அனைத்து உயிரினங்களுக்கும் சவாலானது. இது தான் அவரது புத்தகங்களின் கருப்பொருள். இதுவே அவரது பாதை. இதை ஒரு முறை அவரே கூறியிருக்கிறார்.

தற்போது மின்ஸ்க் நகரில் வசித்து வருகிறார். அவரது புத்தகங்கள் 45 மொழிகளில் மொழிபெயர்க்கப்பட்டு 47 நாடுகளில் வெளியிடப்பட்டுள்ளன. சில பக்கங்களில் எழுதும் அளவிற்கு விருதுகளும் பரிசுகளும் பெற்றுள்ளார்.

ஒவ்வொரு மனிதரிடமும் எவ்வளவு மனிதநேயம் உள்ளது என்பதையும், அந்த மனிதநேயத்தை எவ்வாறு பாதுகாக்க முடியும் என்பதையும் புரிந்துகொள்வதே தனது நோக்கம் என ஒரு முறை கூறியிருக்கிறார். இந்தக் கருத்தை தன்னிச்சையான அவரது அரசியல் போக்கின் காரணமாக அதிகாரிகள் வரவேற்கவில்லை.

ஸ்வெட்லானா அலெக்ஸியேவிச் ஒரு இலக்கிய புனைகதை அல்லாத ஒரு இலக்கிய வகையை உருவாக்கினார். அது முற்றிலும் அவருக்கே சொந்தமானது. அவர் வெளிவராத குரல்களின் நாவல்களை எழுதுகிறார். ஆவண உரைநடையின் அழகியலைத் தொடர்ந்து மேம்படுத்தினார்.

உலகத்தை குரல்களாக, வண்ணங்களாகப் பார்த்தார். புத்தகத்திற்குப் புத்தகம் மாறுபடுவார். ஆனால் கதை அப்படியே இருக்கும். ஆயிரக்கணக்கான குரல்களால் எதையும் உருவாக்குபவர்.

அவரது 50வது பிறந்தநாளுக்கு இரண்டு தொகுப்புகள் வெளிவந்தன. அப்புத்தக அறிமுகத்தில் விமர்சகர் லெவ் அன்னின்ஸ்கி கூறுகிறார், இது ஒரு தனித்துவமான படைப்பு. பல தலைமுறைகளின் வாழ்க்கையைக் கண்டுபிடித்து பதிவு செய்துள்ளார் என்று.

தற்போது காதல் கதையால் உருவாக்கப்பட்ட *The Wonderful Deer of the Eternal Hunt* என்ற புத்தகத்தை முடித்துள்ளார். வெவ்வேறு தலைமுறையைச் சேர்ந்த ஆண்களும் பெண்களும் தங்களின் சொந்தக் கதைகளைச் சொல்கிறார்கள். மக்கள் ஒருவரையொருவர் எப்படிக் கொல்கிறார்கள், எப்படி இறக்கிறார்கள் என்பதைப் பற்றியது அல்ல. இது மட்டுமே மனித வாழ்க்கை முழுவதும் இல்லை என்பதை உணர்ந்திருக்கிறார். மக்கள் ஒருவரையொருவர் எப்படி நேசிக்கிறார்கள் என்பதைப் பற்றி இப்போது எழுத ஆரம்பித்திருக்கிறார். அன்பின் ஸ்பரிசம் மூலம் நாம் யார்? எந்த நாட்டில் வாழ்கிறோம் என்று யோசிக்கிறார். அன்புதான் நம்மை இந்த உலகத்திற்குக் கொண்டுவந்தது. எனவே மக்களை நேசிக்க விரும்புகிறேன் என்றார். அவர்களை நேசிப்பது கடினமெனில் வாழ்வு மேலும் கடினமாகிவிடும் என்கிறார்.

சோவியத் ஒன்றியத்தில் உள்ள அரசியல் ஆட்சிகள் பற்றிய அலெக்ஸியேவிச் செய்யும் விமர்சனம் அவ்வப்போது அவரை வெளிநாடுகளில் வாழும்

நிலைக்கு உட்படுத்தியது. உதாரணமாக இத்தாலி, பிரான்ஸ், ஜெர்மனி மற்றும் ஸ்வீடன் நாடுகளில்.

2020-இல் அலெக்ஸியேவிச் முகமூடி அணிந்த ஆண்கள் தனது குடியிருப்பில் நுழைய முயற்சிப்பதாக செய்தி வெளியிட்டார். இவர் ஒரு ஒருங்கிணைப்புக் குழுவில் இருக்கிறார். தற்போது அக்குழுவில் தனக்கு நண்பர்கள் யாரும் இங்கில்லை. அவர்களில் சிலர் சிறையில் உள்ளனர். மற்றவர்கள் வலுக்கட்டாயமாக நாடுகடத்தப்பட்டுள்ளனர் என்று ஒரு அறிக்கையில் எழுதினார். அந்தக் கிளர்ச்சியை செய்தது ஒருங்கிணைப்புக் குழுவே அல்ல என்றார். போலந்து, செக் குடியரசு, ரோமானியா, ஸ்லோவாக்கியா மற்றும் ஸ்வீடன் ஆகிய நாடுகளைச் சேர்ந்த தூதர்கள் அலெக்ஸியேவிச்சின் வீட்டை 24 மணிநேரமும் கண்காணிக்கத் தொடங்கினர்.

அதன் பிறகு அலெக்ஸியேவிச் பெலாரஸில் இருந்து ஜெர்மனிக்கு புறப்பட்டார். பெலாரஸில் உள்ள அரசியல் நிலைமைகளைப் பொறுத்துத் திரும்புவதாக உறுதியளித்தார். நாடுகடத்தப்படாமலோ அல்லது கைது செய்யப்படாமலோ இருந்த ஒருங்கிணைப்புக் குழுவின் கடைசி உறுப்பினர் இவர்.

2021இல் அவரது தி லாஸ்ட் விட்னெஸஸ் புத்தகம் பெலாரஸில் உள்ள பள்ளி பாடத்திட்டத்தில் இருந்து விலக்கப்பட்டது. அவர் பெயரும் நீக்கப்பட்டது. இது அவரது அரசியல் நடவடிக்கைகளுக்கான விலக்கல் நடவடிக்கை. இத்தனைப் போராட்டங்களைக் கடந்திருந்தாலும் எழுத்தில் தனித்துவமானவர். யாரும் பின்பற்றாத சாட்சிய நாவலின் முன்னோடி. பின்வரும் எழுத்தாளர்களுக்கு முன் மாதிரியாக இருக்கவேண்டிய பலகாத்திரமானப் படைப்புகளைத் தந்துள்ளார்..

15. ஓல்கா தொகார்சூக்

ஓல்கா தொகார்சூக் போலந்து நாட்டில் சூலஹும்ஃப் இல் ஜனவரி *29, 1962*-இல் பிறந்தார். தற்போது ரோக்ஸ்வாஃப் இல் வசிக்கிறார். அவரது பெற்றோர்கள் ஆசிரியர்கள். அவரது தந்தை அதே பள்ளியில் நூலகராகவும் சேர்த்துப் பணியாற்றினார். எனவே ஓல்கா நூலகத்தில் கிடைக்கக்கூடிய அனைத்தையும் படித்தார். இங்குதான் அவர் தன் இலக்கிய ஆர்வத்தை வளர்த்துக் கொண்டார்.

வார்சா பல்கலைக்கழகத்தில் உளவியல் படித்தார். *1993* இல் போட்ரோஸ் லுட்ஸி க்சீகி (புத்தகத்தின் பயணம்) என்ற புத்தகத்தின் மூலம் புனைகதை எழுத்தாளராக அறிமுகமாகிறார். ஆனால் அவருக்குத் திருப்புமுனையாக அமைந்தது *1996*இல் எழுதிய அவரது மூன்றாவது நாவலான பிரைம்வல் அண்டு அதர் டைம்ஸ்.

இயற்கைக்கு எதிரான கலாசாரம், பகுத்தறிவுக்கு எதிராகப் பைத்தியக்காரத்தனம், ஆணுக்கு எதிராகப்

பெண், வீட்டிற்கு எதிராக அந்நியப்படுதல் இவை பண்பாட்டு எதிர்நிலைகள். இவற்றிற்கிடையிலான பதற்றத்தில் தான் தனது நாவல்களை உருவாக்குகிறார்.

18 ஆம் நூற்றாண்டின் மாயவாதி, ஜேக்கப் ஃபிராங்கை சித்தரிக்கும் நாவல் தி புக்ஸ் ஆஃப் ஜேக்கப்(2014). இந்த வரலாற்று நாவல் இதுவரை வந்ததில் அவரது மகத்தான படைப்பு. ஜேக்கப் ஃபிராங்க், ஹாப்ஸ்பர்க் மற்றும் ஒட்டோமான் பேரரசு வழியாகப் பயணித்தார். கூட்டத்தையும் அதிகாரிகளையும் சம அளவில் ஈர்க்கிறார். இஸ்லாமியராகவும் பின்னர் கத்தோலிக்கராகவும் மாறுகிறார். வழியில் புரோட்டோ-சியோனிஸ்டாகவும் மாறுகிறார். மதவெறிக் குற்றத்திற்காக பல ஆண்டுகள் சிறையில் இருக்கிறார். ஐரோப்பிய வரலாற்றால் புறக்கணிக்கப்பட்டதை சொல்லும் நாவல் இது.

ஓல்கா தனது நோபல் உரையில் தன்னைப் பற்றி சொல்லும்போது எழுத்தாளர்களுக்கு சுயசரிதை என்று தனியே வேண்டாம். அவரது புத்தகங்களைப் படிப்பதே அவரைப் பற்றி அறிய சிறந்த வழி. நபோகோவ் சொல்வார் உட்புறத்தில் கவனம் செலுத்தும்போது நினைவகத்துடன் கைகோர்க்காது என்று. ஆம், எழுத்தாளர்களுக்கு வாழ்க்கை வரலாறு இல்லை. ஏனெனில் மனம் கதைகளை உருவாக்குகிறது. கற்பனை செய்கிறது. அதனால் உண்மை புறக்கணிக்கப்படுகிறது. எனவே சுயசரிதை எழுத வாய்ப்பில்லை என்றார்.

அவர் ஆரம்பப் பள்ளியில் படித்தது, சகோதரி பிறந்தது, வீடு மாறியது போன்ற இளம் வயது நிகழ்வுகள் அவரது நினைவில் இல்லை. உயர்நிலைப் பள்ளியையும் பட்டப்படிப்புத் தேர்வும் நினைவில் நிறுத்தியிருக்கிறார்.

இளம் வயதில் ஓல்காவிற்குச் அளவுக்கதிகச் சுதந்திரம் இருந்திருக்கிறது. பெற்றோர், ஆசிரியர்கள் மற்றும் மாணவர்களுடன் அதிக நேரம் செலவழிக்கிறார். பள்ளியில் நடக்கும் அத்தனை நிகழ்ச்சிகளிலும் பங்கேற்பார்.

ஆலிஸ் மன்ரோவைப் போல் இவரும் பள்ளிக்குச் செல்லும் போது நடைப்பயணங்களில் அதிக நேரத்தைச் செலவழித்தார். பூங்கா, குளங்கள், பாதைகள், மறைக்கப்பட்ட ஸ்தனங்கள் ஆகியவற்றை ஆய்வு செய்தார். இவரும் அருகில் உள்ள கிராமத்திற்குச் சென்று மக்களின் வாழ்க்கை முறை, அவர்கள் வைத்திருந்த பொருள்கள், விலங்குகள் ஆகியவற்றைக் கவனித்தார். இந்த சிறுவயது அனுபவம் தான் அவர் வாழ்நாள் முழுவதும் உடன் வந்தது. ஒரு நகரத்தை ஆராய்வதற்கான சிறந்த வழி, திட்டமிடப்படாத நடைப்பயணத்தை மேற்கொள்வதாகும். வயது முதிர்ந்த போது லண்டன், மாஸ்கோ மற்றும் நியூயார்க் போன்ற பெரிய நகரங்களைச் சுற்றியிருக்கிறார்.

ஒன்பதாவது வயதில் கிரேக்க புராணங்களைப் படித்தார். அடுத்த சில ஆண்டுகளுக்கு அது அவரது நினைவை ஆக்கிரமித்திருந்தது. வீட்டிலிருந்த புத்தகங்கள், உள்ளூர் பள்ளி மற்றும் பொது நூலக புத்தகங்களில் இருந்த அத்தனை கிரேக்கப் புராணங் களையும் தெரிந்துகொண்டார். வளர்ந்தபின் அவற்றை எழுத்தில் பயன்படுத்தவும் கற்றுக்கொண்டார்.

புராணங்களில் ஆர்வம் என்பது குழந்தைகளின் உளவியல் வளர்ச்சியின் ஒரு பகுதியாகும். அதன் மீது தனிப்பட்ட அறிவையும் அனுபவத்தையும் இணைத்துக்கொள்கிறார்கள். போருக்குப்

பிந்தைய போலந்து அரசமைப்பின் நேர்மறையான அம்சங்களில் ஒன்று நாடு முழுவதும் நூலகங்கள் அமைத்திருப்பது. நகரமையத்திலிருந்து தொலைவில் வசிக்கும் மக்களுக்கு நடமாடும் நூலகங்கள் புத்தகங்களை வழங்கின. ஓல்கா எங்கிருந்தாலும் உள்ளூர் நூலகத்தைத் தேடுவது இணையம் வரும் வரைத் தொடர்ந்தது.

கிரேக்கர்களிடமிருந்து மற்ற கலாச்சாரங்களையும் தெரிந்துகொள்ள அடுத்தக்கட்ட வாசிப்பிற்கு நகர்ந்தார். விசித்திரக் கதைகள் மற்றும் கட்டுக் கதைகளை விரும்பி வாசித்தார்.

அவரது குடும்பம் போலந்தின் தெற்கில் உள்ள ஊருக்குக் குடிபெயர்ந்தது. பெற்றோர்கள் அதே ஆசிரிய வேலையை அங்கேப் பெற்றுக்கொண்டனர். இங்கு தான் அவருக்கு அறிவியலில் ஆர்வம் ஏற்படுகிறது. அதன்பிறகு அறிவியல் புனை கதைகளைப் படிக்க ஆரம்பித்தார்.

தனது முதல் நாவலை பன்னிரெண்டாவது வயதில் எழுத ஆரம்பித்தார். இது பல குழந்தைகளைக் கொண்ட மந்திரவாதிகளின் குடும்பத்தைப் பற்றியது. கதைகளை எழுதுவதாலும், உருவாக்குவதாலும் எவ்வளவு மனநிறைவு கிடைக்கும் என்பதை அப்போதுதான் கண்டுபிடித்தார். அவர் தனக்குள் ஒரு உலகத்தை உருவாக்கினார். அதிலிருந்து சிறுகதைகளையும் கவிதைகளையும் அவ்வப்போது எழுதினார். ஆனால் இவை அவரை ஒருபோதும் ஈர்க்கவில்லை.

டி.எஸ்.எலியாட் என்ற ஒரே ஒரு கவிஞனின் படைப்புகளை மட்டும் வெறித்தனமாக வாசித்தார். உண்மையில் அவர் தான் இவரை ஆங்கிலம் கற்க வைத்தவர்.

அவருடைய புனைகதைகளை ஒரு இளைஞர் இலக்கிய இதழுக்கு புனைப்பெயரில் அனுப்பினார். வார்த்தைகளை அச்சில் பார்த்தபோது உணர்ந்த அசாதாரண சக்தியைத்தான் இன்று வரை சுமக்கிறார்.

படிப்பதன் மூலம் அவரது பழக்கங்களை மாற்றிக் கொண்டார். எஸ்கிமோக்களைப் பற்றிய ஒரு நாவலை வாசித்ததும் உலர்ந்த இறைச்சியை உண்ண வேண்டும் என அம்மாவிடம் கேட்டிருக்கிறார்.

ஓல்காவின் தாத்தா பாட்டி மத்திய போலந்தில் வசித்து வந்தனர். ஒவ்வொரு வருடமும் ஓல்காவும் அவரது தங்கையும் விடுமுறைக்காக அங்கு அனுப்பப்பட்டனர். மர வீடு, ஆற்றங்கரை, பைன் காடு என இயற்கை அவரைக் கவர்ந்தது. அங்கும் ஓல்கா நூலகத்தைக் கண்டுபிடித்தார். அங்கு புத்தகங்கள் சாம்பல் நிற காகிதத்தால் அட்டையிடப்பட்டிருந்தன. விடுமுறையை வாசிப்பு, நீச்சல், இயற்கை என மகிழ்ச்சியாகக் கழித்தனர்.

அவ்வூரின் ஒவ்வொரு இடமும் கதை சொல்லியது. அவற்றை ஊறவைத்து வெளியே எடுத்த புத்தகம் தான் பிரைம்வல் அண்டு அதர் டைம்ஸ் ஆகும். அந்த இடம் ஏன் அவருக்கு அவ்வளவு தாக்கத்தை ஏற்படுத்தியது எனில் இரண்டாம் உலகப் போருக்குப் பிறகு உள்ளூர் கலாசாரம் துண்டிக்கப்பட்ட ஒரு பகுதியில் வளர்ந்ததே காரணம்.

ஜெர்மானியர்கள் கதைகளையும் அவர்களோடு எடுத்துச் சென்றுவிட்டனர். இவர்களிடம் நிரப்புவதற்கு ஒரு வெற்றிடம் இருந்தது.

அவர் உயர்நிலைப் பள்ளியில் படிக்கும் போதே இலக்கிய இதழ்களை தவறாமல் படித்துக்

கொண்டிருந்தார். உளவியல், பிற கலாசாரங்கள் மற்றும் மதங்களில் ஆர்வமாக இருந்தார். திடீரென உயிரியலால் ஈர்க்கப்பட்டார்.

அதனால்தான் பல்கலைக்கழகப் படிப்பிற்கு உயிரியலைத் தேர்ந்தெடுத்தார். இலக்கியத்தைத் தேர்ந்தெடுப்பதை விட வேறு பாதையில் செல்ல வேண்டும் என்று உணர்ந்தார்.

அவரது கல்லூரி நாட்கள் தான் அவர் வாழ்வின் இருண்ட காலத்தைத் தந்திருக்கின்றன. 1980 ஆகஸ்ட் மறக்கமுடியாத மாதம். போலந்து முழுவதும் ஊழல் நிறைந்த கம்யூனிஸ்ட் அதிகாரிகளுக்கு எதிராக வேலைநிறுத்தத்தில் ஈடுபட்டிருந்தனர். நெருக்கடியைச் சமாளிக்கும் சக்தியற்றவர்களாக இருந்தனர். ஒரு வருடத்திற்கும் மேலாக அமைதியின்மையையும், பெரும் உணவுப் பற்றாக்குறையையும் சந்தித்தது போலந்து.

இராணுவச் சட்டத்தை அறிவித்தனர். எதிர்ப்பைக் கட்டுப்படுத்தினர். பல்கலைக்கழகங்களை மூடினர். வேலைநிறுத்தம் செய்த சுரங்கத் தொழிலாளர்கள் மீது துப்பாக்கிச் சூடு நடத்தினர். இராணுவம் இடைவிடாமல் ரோந்து சென்றது. இளம் பெண்கள் தங்கள் மனச் சமநிலையை பாதுகாக்க முடியாமல் தவித்தனர் .

ஓல்கா தன்னார்வத்தால் நோயாளிகளுக்குச் சேவை செய்தார். அந்த அளவிற்கு நிலைமை மோசமாக இருந்தது. அது பெரும் அரசியல் செயல்பாடுகளின் காலகட்டமாக இருந்தது.

பல்கலைக்கழக வேலைநிறுத்தத்தின் போது ஹூலியோ கோர்ட்டசாரை முழுமையாக வாசித்தார்.

எந்த வாசிப்பும் அவர் வாழ்ந்த கொடூரமான யதார்த்தத்தை மாற்றிவிடவில்லை. இது கொரானா காலத்தில் நாம் ஈடுபட்ட பொழுதுபோக்குகளை மீறி நமக்கு ஏற்பட்ட மன அயற்சியைப் போல்தான் இருந்திருக்கிறது.

அதற்குள் பிராய்டின் பொது மனோ பகுப்பாய்வால் கவரப்பட்டார். பல்கலைக்கழகத்தில் மூன்றாம் ஆண்டில் மருத்துவ உளவியலில் நிபுணத்துவம் பெற்றார்.

மனநல மருத்துவத்தில் பணியாற்ற முடிவு செய்தார். தொலைதூரமாகாணங்களுக்குச்சென்றார். வாபிஸெக் நகரில் குடியேறினார். அது தொழில்துறையால் அழிக்கப்பட்ட ஒரு அழகான நகரம்.

அங்கே சக உளவியலாளரைத் திருமணம் செய்து கொண்டார். ஒரு மகனையும் பெற்றெடுத்தார். அதே நேரத்தில் தொழிலிலும் திறமைகளை வளர்த்துக் கொள்ளத் தன்னைத் தீவிரமாக அர்ப்பணித்தார்.

ஒரு முறை நீண்ட விடுமுறை எடுத்துக்கொண்டு லண்டனுக்குச் சென்றார். அது அவரது புதிய ஆற்றலின் மூலமாக மாறியது. பல புதிய இலக்கிய நூல்கள் மற்றும் புதிய திட்டங்களுடன் வீட்டிற்குத் திரும்பினார். ஒரே வருடத்தில் முதல் நாவலையும் சில சிறுகதைகளையும் எழுதினார்.

அந்த முதல் நாவல் தான் தி ஜர்னி ஆஃப் தி பீப்பிள் ஆஃப் தி புக். இதற்கு ஒரு பதிப்பாளரைக் கண்டுபிடிக்கத்தான் அதிகக் காலமெடுத்தது.

போலந்தின் மொத்த சந்தை மாற்றத்தின் நேரம் அது. சோசலிசப் பொருளாதாரம் முற்றிலும்

புதிய பொருளாதாரத்திற்கு மாறியிருந்தது. அதனால் ஏற்பட்ட குழப்பத்தால் பெரிய மாநிலப் பதிப்பகங்களே சரிந்திருந்தன. மற்றவை மறைமுகமாக புத்தகங்களை வெளியிடும் சட்டவிரோதமான பதிப்பகங்கள்.

புத்தகச் சந்தையின் திறப்பு ஆங்கில மொழிபெயர்ப்பு களின் அலையை உருவாக்கியது. அதுவரை வெளியிட முடியாத அனைத்தும் திடீரென்று விற்பனைக்கு வந்தன. குற்றப் புனைகதைகள், த்ரில்லர்கள் மற்றும் திகில் கதைகள் வண்ணமயமான அட்டைகளில் காட்சிக்கு வைக்கப்பட்டிருந்தன.

ஒரு பெண் எழுத்தாளருக்கு இந்தச் சுனாமியை முறியடிப்பதற்கான வாய்ப்பே இல்லாமல் போனது. நாவல் எழுதுவது கடினமல்ல. அதில் அவர் பெற்ற அனுபவங்கள் அளப்பரியன. சட்டவிரோத வெளியீட்டில் தான் அவரது புத்தகத்திற்கு அதிகம் ஆதரவு கிட்டியது.

கதைகளை எப்படிச் சொல்வது. கதாபாத்திரங்கள் மற்றும் உரையாடல்களை எவ்வாறு உருவாக்குவது. எழுதியதை எவ்வாறு மெய்ப்புப் பார்ப்பது என அனைத்தையும் அந்தச் சிறிய புத்தகம் வெளிவருவதற்குள் கற்றுக் கொண்டார்..

மூன்று ஆண்டுகளுக்குப் பிறகு 1993இல் தான் அப்புத்தகம் வெளிவந்தது. அது சிறந்த அறிமுகத்திற்கான பரிசையும் பெற்றது. எனவே அடுத்து, வெளியீட்டாளரைக் கண்டுபிடிப்பது கடினமாக இருக்கவில்லை.

இரண்டாவது புத்தகம் மதிப்புமிக்க மாநில பதிப்பகத்தால் வெளியிடப்பட்டது. (இது தற்போது

இல்லை). மூன்றாவது நாவலான பிரைம்வல் அண்ட் அதர் டைம்ஸ் பெரும் வெற்றிபெற்றது. போலந்தின் மிக முக்கியமான இலக்கியப் பரிசிற்கு பரிந்துரைக்கப்பட்டது. பல ஆண்டுகளாக எழுதுவதை ஒரு பயனற்ற பொழுதுபோக்காகக் கருதியவர், இனி தொடர்ந்து எழுதி அது தனது தொழிலாக மாற வேண்டும் என ஒப்புக்கொண்டார்.

ஒரு விமான நிலையத்தில் குடியேற்றப் படிவத்தை நிரப்ப வேண்டும். அதில் தொழில் என்று இடத்தில் என்ன நிரப்புவதெனத் தெரியாமல் நீண்ட நேரம் பேனாவைச் சுற்றினார். இறுதியாக தைரியத்தைவரவழைத்து எழுத்தாளர் என்று எழுதினார்.

அவர் வாழ்க்கை வரலாற்றில் முக்கியமானதாகக் கருதுவது கோட்ஸ்கோ பள்ளத்தாக்கில் ஒரு பழைய வீட்டை வாங்கியது. இங்குதான் சூழலியல் மீதான ஆர்வம் தீவிரமடைந்தது. அதன் பிறகு வந்த புத்தகங்கள் அவரது சுய இலக்கியப் பிரதிபலிப்பின் தொடக்கமாக இருந்தன.

ஹவுஸ் ஆஃப் டே, ஹவுஸ் ஆஃப் நைட் என்ற புத்தகம் அதன் பின்னர் உருவானது. அவரது அனைத்து பிற்கால எழுத்துகளிலும் அச்சூழல் தெளிவான தாக்கத்தை ஏற்படுத்தியது. சிறுகதைகளையும் அதே உணர்வில் எழுதினார். இந்தப் புத்தகங்கள் குறிப்பிட்ட இடங்கள், மரபுகள், கலாச்சாரத்தில் வேரூன்றிய மக்களைப் பற்றியது.

இவரது படைப்புகள் நாற்பதிற்கும் மேற்பட்ட மொழிகளில் மொழிபெயர்க்கப்பட்டுள்ளன. ஃபிளைட்ஸ் நாவலுக்காக 2018-ஆம் ஆண்டு மேன்புக்கர் சர்வதேச விருது வழங்கப்பட்டது.

அதே ஆண்டில் நோபல் பரிசும் வழங்கப்பட்டது. கலைக்களஞ்சியம் சார்ந்த பெரும் வேட்கையுடன், எல்லைகளைத் தாண்டுவதை வாழ்க்கையின் வடிவமாகப் பிரதிபலிக்கும், கற்பனையான கதை சொல்லலுக்காக நோபல் பரிசு வழங்கப்பட்டது. இலக்கியத்திற்காக நோபல் பரிசைப் பெறும் பதினைந்தாவது பெண்மணி ஆவார். மிக இளம் வயதில் *(57)* நோபல் பரிசைப் பெற்றவரும் இவரே.

16. லூயிஸ் க்ளக்

லூயிஸ் க்ளக் அமெரிக்கக் கவிஞர் மற்றும் கட்டுரையாளர். இவர் ஏப்ரல் *22, 1943* இல் நியூயார்க் நகரில் பிறந்தார். லாங் தீவில் வளர்ந்தார். தற்போது கேம்பிரிட்ஜில் வசித்து வருகிறார். சாரா லாரன்ஸ் கல்லூரி மற்றும் கொலம்பியா பல்கலைக்கழகத்தில் பயின்றார். எழுதுவதோடல்லாமல் யேல் பல்கலைக்கழகத்தில் ஆங்கிலப் பேராசிரியராகவும் பணிபுரிகிறார்.

1968 இல் வியக்கத்தக்கக் கவிதைத் தொகுப்பான ஃபர்ஸ்ட்பார்ன் மூலம் அறிமுகமாகிறார். அதன் தொழில்நுட்பக் கட்டுப்பாடு, தனிமைப்படுத்தப் பட்ட விவரிப்புகளுக்காக இத்தொகுப்பு அங்கீகரிக்கப்படுகிறது. விரைவிலேயே அமெரிக்க சமகால இலக்கியத்தின் மிக முக்கியமான கவிஞர்களில் ஒருவராக இடம்பிடிக்கிறார்.

அவர் பெற்ற பல மதிப்புமிக்க விருதுகளில் முக்கியமானது புலிட்சர் பரிசு *(1993)*. இன்னொரு

உயரிய தேசிய புத்தக விருதை *2014*-இல் பெற்றார். தான் வாழும் நாட்டிற்காக அமெரிக்கன் ஒரிஜினாலிட்டி *(2017)* என்ற கட்டுரைத் தொகுப்பை வெளியிட்டுள்ளார்.

இவரது கவிதைகள் தொழில்நுட்பத் துல்லியம், உணர்திறன், தனிமை, குடும்ப உறவுகள், விவாகரத்து மற்றும் இறப்பு பற்றிய நுண்ணறிவு ஆகியவற்றால் நன்கு அறியப்படுகிறது. கவிஞர் ராபர்ட் ஹாஸ் என்பவர் இவரை இப்போது எழுதிக்கொண்டிருப்பவர்களில் தூய்மையான, மிகவும் திறமையான கவிஞர்களில் ஒருவர் என்று வர்ணித்துள்ளார்.

லூயிஸ் க்ளக் இதுவரை பன்னிரண்டு கவிதைத் தொகுப்புகளை வெளியிட்டுள்ளார். கவிதைகள் பற்றிய சில கட்டுரைத் தொகுதிகளையும் வெளியிட்டுள்ளார். இக்கட்டுரைகள் கவிதை குறித்து தெளிவுபடுத்துவதற்காக எழுதப்பட்டவை.

குழந்தைப் பருவம், குடும்ப வாழ்க்கை, பெற்றோர், உடன்பிறந்தவர்களுடனான நெருங்கிய உறவு ஆகியவை கவிதையின் கருப்பொருளாக இருக்கின்றன .

லூயிஸின் ஆரம்பகால புத்தகங்கள் தோல்வியுற்ற காதல் விவகாரங்களைப் பேசின. மேலும், பேரழிவு தரும் குடும்ப சந்திப்புகள், இருத்தலியல் விரக்தியின் பின்விளைவுகளுடன் போராடும் நபர்களைக் கொண்டிருந்தன. பிற்காலப் படைப்புகளில் சுயத்தின் வேதனையை வெளிப்படுத்தினார்.

அவரது கவிதைகள் கனவுகளிலும் மாயைகளிலும் எஞ்சியிருக்கும் சுயத்தைத் தட்டி எழுப்பின. சுயத்தின்

மாயைகளை எதிர்கொள்வது குறித்து அவரை விட யாரும் உறுதியாக எழுதவில்லை. சுயசரிதைப் பின்னணியின் முக்கியத்துவத்தை க்ளக்ஒருபோதும் மறுக்கவில்லை. அதற்காக அவர் ஒப்புதல் வாக்குமூலக் கவிஞராகவும் எழுதிவிடவில்லை.

தி ட்ரையம்ப் ஆஃப் அகில்லெஸ் *(1985)* மற்றும் அராரத் *(1990)* போன்ற தொகுப்புகள் புகழ்பெற்றவை. லூயிஸ் அமெரிக்காவிலும் வெளிநாடுகளிலும் இத்தொகுப்புகளை வைத்து பார்வையாளர்களைச் சந்தித்தார். அராரத்தில் மூன்று குணாதிசயங்களை ஒன்றிணைந்து எழுதியிருப்பார். குடும்ப வாழ்க்கை, நுண்ணறிவு, மற்றும் செம்மையான கலவை உணர்வு இணைந்தஇந்தக் கவிதைகளில், சாதாரண சொற்பொழிவை எவ்வாறு பயன்படுத்துவது என்பதைச் சுட்டிக் காட்டியுள்ளார்.

லூயிஸ் உலகளாவியவற்றை வாசிக்கிறார். அதில் தனக்கானதைத் தேடிப்படிக்கிறார். அவரது பெரும்பாலான படைப்புகளில் இருக்கும் தொன்மங்கள் மற்றும் செவ்வியல் மையக்கருத்துகளோடு உலகின் உயர்ந்தவை பல ஒத்துப்போவதால் உத்வேகம் பெறுகிறார்.

அவர் தனது கட்டுரைகளில் எலியட்ஸின் அவசர தொனி, கீட்ஸின் உள்ளுக்குள் கேட்கும் கலை ஆகியவற்றை மேற்கோள் காட்டி, தனது சொந்தக் கவிதைகளைப் பற்றி விவரிக்கிறார். அவருடைய தீவிரத்தன்மையும், எளிய நம்பிக்கைகளை ஏற்காத முற்போக்கிலும் மற்றக் கவிஞர்களைவிட எமிலி டிக்கின்சனை அதிகம் ஒத்துப்போகிறார்.

இவரது கவிதைப் படைப்புகளில் ஒரு தெளிவான குரல் உள்ளது. அது தொலைநோக்குப்

பார்வையுடன் பின்னிப் பிணைந்தது. நமது பழைய நினைவுகளைத் தட்டிவிட்டு சமகால உலகிற்குள் கொண்டுவந்துவிடுகிறது.

இவரது மொழி முற்றிலும் நேரடியானது. சாதாரண பேச்சு வழக்குச் சொல்லிற்கு நெருக்கமானது. லூயிஸின் கவிதைகளில் உள்ள வார்த்தைகள் கருவின் மையத்தில் இருந்து நேரடியாக வருகின்றன என்று லெஸ்ஸர் குறிப்பிட்டார்.

புலிட்சர் விருது பெற்ற தொகுப்பு தி வைல்ட் ஐரிஷ் *(1992)*. இது வாசகர்களை ஒரு அந்தரங்கப் பயணத்திற்கு அழைத்துச் செல்கிறது. ஆழமாகவும், நெருக்கமாகவும் உள் உணர்வுகளைத் தொடுகிறது. எனவே இத்தொகுப்பு எல்லோராலும் எளிமையாகப் புரிந்துகொள்ளப் படுகிறது. அவரது தொலைநோக்குப் பார்வையைத் தெளிவாக விளக்குகிறது. மூன்று பிரிவுகளால் எழுதப்பட்ட புத்தகம் அது. மூன்று குரல்களை கற்பனை செய்கிறது. பூக்கள்- தோட்டக்காரர்- கவிஞர். இவர்களோடு ஒரு கடவுள் உருவமும் சேர்ந்துகொள்கிறது.

புதிய குடியரசுப் பத்திரிகையில் ஹெலன் வென்ட்லர் எழுதியிருந்தார். உயர்ந்த உறுதிப்பாட்டின் சாத்தியக்கூறுகளை உயிர்ப்பிக்கிறது என்று. இது சமூக தீர்க்கதரிசனத்தின் குரல் அல்ல. ஆன்மீக தீர்க்கதரிசனத்தின் குரல். இத் தொகுப்பில் ஸ்னோ டிராப்ஸ் என்று ஒரு கவிதை வரும். அதில் குளிர்காலத்திற்குப் பிறகு அற்புதமான வாழ்க்கைக்குத் திரும்புவதை விவரித்திருப்பார்.

> நான் உயிர் பிழைப்பேன் என்று
> எதிர்பார்க்கவில்லை,

பூமி என்னை அடக்கியது.
நான் மீண்டும் எழுந்திருப்பேன் என்று
எதிர்பார்க்கவில்லை
ஈரமான பூமியில் என் உடல்
மீண்டும் பதிலளிக்க முடியும் என்று நான்
எதிர்பார்க்கவில்லை
வசந்த காலம் ஆரம்பிக்கிறது
குளிர்ந்த வெளிச்சத்தில்
மீண்டும் எப்படித் திறப்பது என்பதை நினைவில்
வைத்தேன் -

விட்டா நோவா *(1999)* என்ற புத்தகம் யேல் பல்கலைக்கழகத்தின் மதிப்புமிக்க பொலிங்கன் பரிசைப் பெற்றது. இந்தப் புத்தகம் மிக வேகமாக எழுதப்பட்டது.. ஆரம்பித்தபோது நினைத்தார் இது முடியும் வரை தூங்கப் போவதில்லை என்று. உடைந்த திருமணத்தின் பின்விளைவுகளை ஆய்வு செய்வதே தொகுப்பின் வெளித்தோற்றமான கருப்பொருள். ஆனால் தனிப்பட்ட கனவுகள் மற்றும் உன்னதமான புராணங்களால் வரையப்பட்டச் சின்னங்களைக் கொண்டு நிரப்புகிறார் விட்டா நோவாவை.

லூயிஸின் அடுத்த தொகுப்பு தி செவன் ஏஜஸ் *(2001).* வயது தான் ஏழு. ஆனால் ஆசிரியர் இதில் வாழ்நாள் முழுவதையும் சிந்திக்கிறார். அவரது ஆரம்பகால நினைவுகள் முதல் மரணம் பற்றிய சிந்தனை வரை.

அவெர்னோ *(2006)* ஒரு தலைசிறந்த தொகுப்பாகும். இது மரணத்தின் கடவுள் பெர்செபோன் நரகத்தில் இறங்கினார் என்ற கட்டுக்கதையின் தொலைநோக்கு விளக்கம். இந்தக் கதை நேபிள்ஸின் மேற்கில் உள்ள பள்ளத்திலிருந்து வந்தது. பண்டைய ரோமானியர்கள் பாதாள உலகத்தின் நுழைவாயிலாக இதைக்

கருதியிருக்கிறார்கள். இதன் விளக்கக் கவிதைகள்தான் தாய்க்கும் மகளுக்கும் இடையிலான பிணைப்பாக அமைந்திருக்கும்.

எ வில்லேஜ் லைஃப் *(2009)* என்ற தொகுப்பு ஒரு கவிஞருக்கான வாழ்வை முடிவுகட்டுகிறது. நாவல் அல்லது சிறுகதை விளைவுகளை அடையக்கூடிய நீண்ட வரிகளைக் கொண்டிருக்கிறது இப்புத்தகம். உள் வாழ்க்கையை ஆய்வு செய்ய கிராமத்தை ஒரு வசதியான கண் வில்லையாகப் பயன்படுத்தியிருப்பார்.

மற்றொரு அற்புதமான சாதனை ஃபெய்த்ஃபுல் அண்டு விர்சுவஸ் நைட் *(2014)*. இந்நூலுக்காக தேசிய புத்தக விருதைப் பெற்றார். இதில் மரணத்தின் மையக்கருத்தை கருணையோடும் இலகுவான தன்மையுடனும் அணுகுகிறார். உலகம் விரக்தியடைந்து மாயாஜாலமாகக் காட்சியளிப்பதாக எழுதியிருக்கிறார்.

ஏமாற்றம், நிராகரிப்பு, இழப்பு மற்றும் தனிமைப் படுத்தல் பற்றி லூயிஸ் திறம்பட எழுதுவதால் விமர்சகர்கள் அவரது கவிதைகளை இருண்டவை என்ற எதிர் விமர்சனத்தையும் வைத்தனர்.

இவரின் தேர்ந்தெடுக்கப்பட்ட கவிதைகள் பெரும் வரவேற்பைப் பெற்றன. புதிய குடியரசு இதழால் சேகரிக்கப்பட்ட கவிதைகளை ஆடம் பிளங்கெட் மதிப்பாய்வு செய்தார். மிகக் குறைவான எழுத்தாளர்களே தண்ணீரை இரத்தமாக மாற்றும் திறமையைப் பெற்றிருக்கிறார்கள் என்றார். இந்தப் புதிய, விரிவான தொகுப்பு அவரது வாழ்க்கை முழுவதையும் உள்ளடக்கியது. ஒரு கவிஞரின் உருவப்படம் வாசிப்பின் வழி தன்னால் வெளிப்பட்டுவிடுகிறது.

அவரது கட்டுரைகள் மற்றும் கோட்பாடுகளுக்கு *1994*-ல் அபுனைவு விருது வழங்கப்பட்டது. நோபல், புலிட்சர் மற்றும் பொலிங்கன் எனப் பெரிய விருதுகளைப் பெற்றவர். விருது வங்கியைத் திறந்தே வைத்திருக்கிறார். கவிதைக்கான லன்னன் இலக்கிய விருது, சாரா டீஸ்டேல் நினைவுப் பரிசு உள்ளிட்ட பல பரிசுகளையும் பெற்றார். கலை மற்றும் கடிதங்களுக்கான அமெரிக்க அகாடமி, கவிதைக்காக இவருக்குத் தங்கப் பதக்கம் வழங்கியது.

2020 ஆம் ஆண்டு லூயிஸ் க்ளக்கிற்கு நோபல் பரிசு அறிவிக்கப்பட்டது. இலக்கியத்திற்கான நோபல் பரிசு பெறும் பதினாறாவது பெண்மணி ஆவார். தனிப்பட்ட இருப்பைச் எளிமையான அழகுடன், உலகளாவியதாக மாற்றும் அவரது தெளிவானக் கவிதைக் குரலுக்காக இந்த நோபல் பரிசு வழங்கப்பட்டுள்ளது.

லூயுஸின் தந்தை எழுத்தாளராக வேண்டும் என்ற லட்சியம் கொண்டிருந்தவர். வணிகத்தில் முத்திரைப் பதித்ததால் எழுத்தைக் கைவிட்டவர். ஆனால் மகள் அதைக் கைப்பற்றி எழுத்தின் உச்சம் வரைச் சென்றுள்ளார்.

17. ஆனி எர்னோ

ஆனி எர்னோவிற்கு நோபல் விருது அறிவிக்கப் பட்டதும், இந்த விருது அநீதிக்கு எதிரான போராட்டத்தைத் தொடர ஒரு பொறுப்பை உருவாக்கித்தந்திருக்கிறது என்று செய்தியாளர்களிடம் கூறினார்.

ஈரான் நாட்டில் காவலில் இருந்த ஒரு இளம் பெண் இறந்தார். இதைத் தொடர்ந்து போராட்டங்கள் நடந்தன. கட்டாய ஹிஜாப் சட்டத்திற்கு எதிராகத் தொடங்கியப் போராட்டம் அது. நோபல் பரிசு அறிவிக்கப்பட்டதை அடுத்து ஈரான் அரசாங்கத்திற்கு எதிரான மக்கள் எழுச்சிக்கு ஆனி ஆதரவு கொடுத்தார். ஒரு நேர்காணலில் இந்தத் தடைக்கு எதிராக பெண்கள் கிளர்ச்சி செய்வதற்கு முற்றிலும் ஆதரவாக இருப்பேன் என்றார்.

ஆனால் இவர் பிரான்ஸ்சில் பிறந்தவர். நடப்பு உலகப் பிரச்சினைகளுக்குக் குரல் கொடுத்துக் கொண்டிருப்பவர்.

இஸ்ரேலால் பாலஸ்தீனம் காலனித்துவப் படுத்தப் பட்டது. இஸ்ரேலுக்கு எதிரான புறக்கணிப்பையும் பொருளாதாரத் தடைகளையும் பாலஸ்தீனிய இயக்கம் ஊக்குவித்தது. இவ்வியக்கத்திற்கு பலமுறை தனது ஆதரவைத் தெரிவித்துள்ளார்.

2021-இல் ஆபரேஷன் கார்டியன் ஆஃப் தி வால்ஸ் க்குப் பிறகு இஸ்ரேலை நிறவெறி அரசுஎன்று அழைக்கும் கடிதத்தில் அவர் கையெழுத்திட்டார்.

2012 பிரெஞ்சு ஜனாதிபதித் தேர்தலில் ஜீன் -லூக் மெலன்சோனை ஆதரித்தார். *2018* இல் மஞ்சள் அங்கி எதிர்ப்புகளுக்கு தனது ஆதரவைத் தெரிவித்தார்.

நடப்பு அரசியலில் சரியென்று பட்டவைகளை சரியாகவே செய்கிறார்.

ஆனி எர்னோ *1* செப்டம்பர் *1940*-இல் லில்லிபோனில் பிறந்தார். இவர் ஒரு பிரெஞ்சு எழுத்தாளர். இலக்கியப் பேராசிரியர். இவரது எழுத்துகள் சுயசரிதை மற்றும் சமூகவியலுடன் நெருங்கியத் தொடர்புடையவை.

ஆனிக்கு இவ்வாண்டு இலக்கியத்திற்கான நோபல் பரிசு அறிவிக்கப்பட்டுள்ளது. தைரியம் மற்றும் மருத்துவக் கூர்மையுடன் தனிப்பட்ட நினைவகத்தின் வேர்கள், பிரிவினைகள் மற்றும் கூட்டுக் கட்டுப்பாடுகளை வெளிப்படுத்தினார் என்ற காரணத்திற்காக இது வழங்கப்பட்டது.

ஆனி இலக்கியப் பரிசைப் பெற்ற *16* வது பிரெஞ்சு எழுத்தாளர். ஆனால் முதல் பெண்மணி. அவருக்கு பிரான்ஸ் அதிபர் இம்மானுவேல் மேக்ரான் வாழ்த்து தெரிவித்தார். பெண்கள் மற்றும் மறக்கப்பட்டவர்களின் சுதந்திரத்துக்கான குரல் ஆனி என்று கூறினார்.

ஆனி எர்னோ தனது எழுத்தில், பாலினம், மொழி, வர்க்கம் தொடர்பான ஏற்றத்தாழ்வுகளை பல்வேறு கோணங்களில் ஆய்வு செய்கிறார். எழுத்தாளருக்கான அவரது பாதை நீண்டது.

அவரது பெற்றோர்கள் நகரின் தொழிலாளர் வர்க்கப் பகுதியில் ஒரு மளிகைக் கடையும் உணவகமும் நடத்தி வந்தனர். ஆனி பிறப்பதற்கு முன்பு ஒரு சகோதரி பிறந்து இறந்துவிட்டார். எனவே அவர்கள் தங்கள் ஒரே மகளை படிக்க வைக்க ஆசைப்பட்டனர். ஒரு தனியார் கத்தோலிக்கப் பள்ளிக்கு அனுப்பப் போதுமான அளவு சம்பாதித்தார்கள். ஆனி இறந்துபோன தன் சகோதரிக்கு ஒரு கடிதம் எழுதிப்பார்க்கிறார்.

பெரும்பாலும் நடுத்தர வர்க்கப் பின்னணியில் இருந்து வந்த மற்ற மாணவர்களை நண்பர்களாக்கிக் கொண்டார். பாட்டாளி வர்க்கப் பெற்றோர்களைச் சந்தித்தார். அவர்களைச் சந்தித்தபோதுதான் தான் வாழும் சூழலின் அவமானத்தை முதல் முறையாக அனுபவித்தார். இதுவே பின்நாளில் அவரது நாவல்களுக்கு ஊட்டமளித்தது.

1960 இல் அவர் லண்டனுக்குச் சென்றார். அங்கே பணிபுரிந்தார். (2016 இல் மெமோயர் டி ஃபில்லே இல் இந்த அனுபவத்தை விவரித்தார்) பின்னர் பிரான்சுக்குத் திரும்பினார்.

முதலில் ரூவன் பல்கலைக்கழகத்திலும், பின்னர் போர்டியாக்ஸ் பல்கலைக்கழகத்திலும் பயின்றார். பள்ளி ஆசிரியராகத் தகுதி பெற்றார். மேலும் நவீன இலக்கியத்தில் உயர் பட்டம் பெற்றார். கற்பிக்கும் பணியில் ஈடுபட்டார்.

*1974*இல் அவரது முதல் புத்தகம் வெளியிடப்பட்ட போது ஒரு பிரெஞ்சு மேல்நிலைப் பள்ளியில் ஆசிரியராக இருந்தார். அந்த முதல் புத்தகம் க்ளீன்ட் அவுட். இது அவரது சொந்த வாழ்க்கை அனுபவத்தை மட்டும் சொல்லவில்லை. அவரது தலைமுறை, அவரது பெற்றோர்கள், பெண்கள், பொது இடத்தில் சந்தித்த பெயரற்ற மனிதர்களின் வாழ்க்கை அனுபவத்தையும் ஆராய்கிறது.

ஆனி பிலிப் எர்னோ என்பவரைத் திருமணம் செய்துகொண்டார். அவருக்கு இரண்டு மகன்கள் உள்ளனர். *1980*களின் முற்பகுதியில் இந்த ஜோடி விவாகரத்துப் பெற்றுக்கொண்டது.

ஓல்கா தொகார்சூக் கூறுவது போல் இவருக்குத் தனியே சுயசரிதை வேண்டாம். இவரது படைப்புகளை ஆராய்ந்தாலே தெரிந்துவிடுகிறது.

2019-இல் சர்வதேச புக்கர் பரிசுக்குப் பரிந்துரைக்கப்பட்டார். தி இயர்ஸ் என்ற புத்தகம் புக்கர் பரிசுக்குத் தேர்வானது. அதன் பிறகு ஆங்கிலோஃபோன் எனப்படும், ஆங்கிலத்தை அதிகம் புழக்கத்தில் கொண்டதாக இருக்கும் நாடுகளில் அவரது புகழ் வெகுவாக அதிகரித்தது. தி இயர்ஸ் இவரது முக்கியப் படைப்பாக பலராலும் கருதப்பட்டது. *1941* முதல் *2006* வரையிலான காலகட்டத்தின் விவரிப்புகள். இதில் கடந்த காலத்தையும் நிகழ்காலத்தையும் பதிவு செய்தார். கலாசார பழக்கவழக்கங்கள், மொழி, புகைப்படங்கள், புத்தகங்கள், பாடல்கள், வானொலி, தொலைக்காட்சி, விளம்பரம், செய்திகள் என்று எதையும் விட்டுவைக்காமல் பதிவு செய்தார். ஒரு புதிய வகைக் கூட்டு சுயசரிதை, காலத்தைக் கைப்பற்றும் நோக்கில்

வடிவமைக்கப்பட்டது. இருபதாம் நூற்றாண்டின் பிரஞ்ச் வரலாற்றின் நினைவுச் சின்னம் ஒரு பெண்ணின் வாழ்க்கையின் மூலம் பிரதிபலிக்கிறது.

எலன் மேட்சன் ஆன் ஹேப்பனிங் *1960* களின் முற்பகுதியில் ஆனிக்கு நேர்ந்தசட்டவிரோதக் கருக்கலைப்பு பற்றியது. அதற்கு வழிவகுத்த சூழ்நிலைகள், அதன் அழிவுகரமான விளைவுகளைச் சொல்கிறது. உயர் கல்விதான் தான் வளர்ந்த தொழிலாளர் வர்க்க சூழலிலிருந்து தன்னை உயர்த்திக்கொள்ளும் வாய்ப்பு. எனவே தன் கருவை கலைக்க முடிவு செய்கிறார். ஆனால் அதை எப்படி செய்வதெனத் தெரியவில்லை. பல மருத்துவ முறைகளை முயற்சித்து தோல்விகண்டார். கடைசியில் தெருவில் கருக்கலைப்பு செய்பவரைக் கண்டுபிடிக்கிறார். அதிக ரத்தப்போக்காகி கடைசியில் இறக்கும் நிலையில் மருத்துவமனையில் அனுமதிக்கப்படுகிறார். இந்த அதீத சூழலும், அனுபவித்த சம்பவங்களும் அவரை வாழ்க்கையோடும் எதிர்காலத்தோடும் வலுவாக இணைத்தன. அவமானமாகக் கருதப்படவேண்டிய அல்லது மறைக்கப்பட வேண்டிய ஒன்றைப் பற்றி எழுதியதற்காகவே இப்புத்தகம் மிகவும் குறிப்பிடத்தக்கதாகிறது. இப்புத்தகத்திற்குப் பிறகே இந்த சம்பவம் அவர் பெற்றோருக்கும் தெரிய வருகிறது. உள்ளதை உள்ளபடி சொல்லும் இத்தன்மைதான் இவரை வாசகர்களிடையே பிரபலமாக்கியது.

எ மேன்ஸ் பிளேஸ் *(La Place)*. நவீன பிரஞ்ச் எழுத்துக்களில் இது ஒரு உன்னதம். அவரது தந்தையின் சுருங்கிப்போன உணர்ச்சியற்ற உருவப்படத்தை வர்ணிப்பதான் மூலம் தொடங்குகிறார். ஒரு புதிய

திசையில் கொண்டு செல்கிறார். இது வழக்கமான புனைக்கதை அல்ல. அவரது தந்தையின் அழுத்தமான வாழ்க்கை நிலைமைகளின் பின்னணியை முன்வைக்கிறார்.

அவர் எழுத்தாளராவதற்காக மீறவேண்டிய தடையின் மறுபக்கத்தில் இருந்து தான் இப்புத்தகத்தை எழுதியிருக்கிறார். எழுதுவது என்பது சுதந்திரமான செயல். ஆனால் இப்புத்தகத்தில் தந்தைக்குச் செய்வது துரோகச்செயல்.

அவர் தந்தை மீதான தன் பார்வையை இரண்டாக அவதானிக்கிறார். தொழிலாளியாக தந்தையின் கடின உழைப்பு, பழக்க வழக்கங்கள், மகிழ்ச்சியை நெருக்கமாக விவரிக்கிறார். தந்தை கல்வியின்மையால் அனுபவித்த அவமானத்தையும் இன்னொரு பார்வையால் விளக்குகிறார். அவரது தந்தையின் கண்ணியத்தை மீட்டெடுக்கவும் கடுமையான வாழ்க்கைக்குப் பின்னால் உள்ள அநீதியை வெளிப்படுத்தவும் எழுதிய அற்புதப் புத்தகம்.

ஆனி எ மேன்ஸ் ப்ளேஸ் வெளியிட்ட பிறகு புனை கதைகளிலிருந்து விலகினார். புதிய திசைகளை உருவாக்கும் கதை வடிவங்களைக் கண்டுபிடித்தார். ஏ மேன்ஸ் பிளேஸ், எ விமன்ஸ் ஸ்டோரி போன்ற சுயசரிதை நூல்கள் அவருடைய சொந்த வாழ்க்கையையும் பெற்றோரின் வாழ்க்கையையும் ஆராய்கின்றன. அதோடு அந்த வாழ்க்கை உருவாகிய சமூக சூழலையும் ஆராய்கின்றன.

ஆன் ஸ்வார்ட் ஆன் ஐ ரிமெய்ன் இன் டார்க்னஸ்: இதில் ஐ ரிமைன் இன் டார்க்னஸ் என்பதே புதிரான தலைப்பு. தன் தாயோடு சம்பந்தப்பட்ட

இருட்டைத்தான் இவ்வாறு நினைவுகூர்கிறார். தாயின் வாழ்க்கையையும் முடிவையும் சித்தரிக்கிறார். ஆனியின் அடர்த்தியான வீரியமிக்க புத்தகங்களில் இது ஒன்று. மிகவும் சக்தி வாய்ந்த தாயார் அல்சைமர் என்ற மறதி நோயால் மறைந்துபோவதைக் கண்டு வேதனைப்பட்டார். ஆயினும் தன் தாயின் பாதிப்பை உணர்ச்சிவசப்படாமல் மரியாதையுடன் வெளிக்கொண்டுவருகிறார். இரக்கமின்றி வெளிப்படுத்துவதும் கவர்ச்சிகரமானதே. சில சமயங்களில் நேர்மைக்கும் கொடுமைக்கும் இடையே உள்ள கோட்டைத் தாண்டி விட்டு வருவார். கடைசியில் அன்பின் பக்கமே நின்றுவிடுகிறார்.

இந்தக் கதையின் முற்பகுதிக் கதைதான் எ விமன்ஸ் ஸ்டோரி என்ற நாவல். இதுவும் ஆனியின் தாய் பற்றியது. இதில் தாயின் பெயர் குறிப்பிடப்படவில்லை. தாய் நார்மண்டியில் உள்ள சிறிய நகரத்தில் மளிகை வியாபாரம் நடத்துபவர். அதில் அவர் கண்ட ஒரே பலன் அல்சைமர் (ஞாபக மறதி) நோயால் பாதிக்கப்பட்டது. தன் மகளுக்குச் சிறந்ததைக் கொடுப்பதற்காக தாய் கடந்து வந்த சிரமங்களை மகள் அறிந்திருக்கிறாள். ஆனாலும் மகளுக்கு அது அவமானதாகவும் கடந்து வரக் கடினமானதாகவும் இருக்கிறது. இது தான் அந்தப் பெண்ணின் கதை.

ஆனியின் பணி சமரசமற்றது. எளிய மொழியில் எழுதப்பட்டது. அவர் மிகுந்த தைரியத்துடன் வர்க்க வேதனையை வெளிப்படுத்துகிறார். அவமானம், பொறாமை, கண்டுகொள்ளப்படாமை ஆகியவற்றை விவரிக்கிறார். அப்போது பாராட்டத்தக்க நிலையான ஒன்றை சாதித்தவராகத் தெரிகிறார்.

உடல் மற்றும் பாலியல்; நெருக்கமான உறவுகள்; சமூக சமத்துவமின்மை: கல்வி மூலம் வர்க்கத்தை மாற்றும் அனுபவம்; நேரம் மற்றும் நினைவகம்; எப்படி எழுதுவது என்ற மேலோட்டமான கேள்வி: வாழ்க்கை அனுபவங்கள். இவற்றைத் தான் நான்கு தசாப்தங்களுக்கும் மேலாக அவரது எழுத்தில் சொல்கிறார்.

2000 ஆம் ஆண்டில் அவர் எழுத்தில் தன்னை முழுமையாக அர்ப்பணிக்க கற்பிப்பதில் இருந்து ஓய்வு பெற்றார்.

ஆனியின் படைப்புகளில் அவரது தனிப்பட்ட அனுபவங்கள் தான் இருக்கும். மற்றவர்களால் பகிர்ந்து கொள்ளப்பட்ட சமூக, அரசியலையும் பிரதிபலிப்பார். அது நடப்புக் கலாசார சூழலுக்கேற்றாற்போல் செயல்படுவதைக் காட்டுகிறது.

ஆனியின் புத்தகங்கள் உண்மையான வாசகர்களால் பின்பற்றப்படுகின்றன. அவை பிரான்சில் உள்ள உள்ளூர் மற்றும் தேசிய செய்தித்தாள்களால் மதிப்பாய்வு செய்யப்படுகின்றன. வானொலி மற்றும் தொலைக்காட்சி நிகழ்ச்சிகள் நடத்தப்படுகின்றன. நேர்காணல்கள் நடக்கின்றன. அவரது இருமொழி கட்டுமான முயற்சிகளால் அவரது எழுத்து ஆங்கிலோஃபோன் உலகின் கவனத்திற்கு வருகிறது.

அவரது பல படைப்புகள் ஆங்கிலத்தில் மொழிபெயர்க்கப்பட்டு செவன் ஸ்டோரிஸ் பிரஸ் மூலம் வெளியிடப்பட்டுகின்றன. இவர்கள் வெளியிட்ட அறிக்கையில் பிரெஞ்சு தொழிலாள வர்க்கத்திலிருந்து வந்த ஒரு பெண் தலை குனியாமல் எழுந்து நிற்கிறார் என்று கூறினார்கள்.

எழுத்தாளர்கள் காலத்தே கண்டுகொள்ளப்படவில்லை என்றாலும் காலத்தில் அடையாளமிட்டு வைக்க மறந்து போகாதவர்கள். இவர்கள் தான் புதிய எழுத்தாளர்களுக்கான வழித்தடத்தை நடந்துத் தேய்த்து வைத்திருக்கிறார்கள். பின்னால் வருபவர்களுக்கு அது கம்பளப் பாதையாக இல்லாவிட்டாலும் கல் பாதையாக இருக்காது. இவர்கள் பட்ட சிரமங்களில் துளியைக்கூடப் பின்னால் வருபவர்கள் அனுபவிக்கப்போவதில்லை. ஏனெனில் அவர்கள் மலையைக் குடைந்து குகையை செப்பனிட்டிருக்கிறார்கள். இனி வருபவர்கள் தவம் செய்து வரம் பெற வேண்டியதுதான்.

www.ingramcontent.com/pod-product-compliance
Ingram Content Group UK Ltd.
Pitfield, Milton Keynes, MK11 3LW, UK
UKHW042131021026
15589UKWH00003B/759

9 789395 511377